ലംബവും
തിരശ്ചീനവും

lambavum thiracheenavum
poems
•
manju vikhari
•
first edition
august 2020
•
published
chintha publishers, thiruvananthapuram
•
typesetting
star communications, thiruvananthapuram
•
printed
repro india ltd, mumbai
•
cover
vinod mangoes
•

Distribution
DESHABHIMANI BOOKHOUSE
H O Thiruvananthapuram 695035
phone: 0471-2303026, 6063026
Email: chinthapublishers@gmail.com
Website: www.chinthapublishers.com

Branch

Head Office Kunnukuzhi • Statue Thiruvananthapuram • KSRTC Bus
Station Alappuzha • KSRTC Bus Station Ernakulam • Machingal Lane
Thrissur • IG Road Kozhikode • Mavoor Road Kozhikode • NGO Union
Building Kannur • Central Bus Terminal Complex Thavakkara Kannur

---

CO - 2938 / 5341
ISBN - 978-93-89410-98-3

ലംബവും തിരശ്ചീനവും

(കവിതകൾ)

മഞ്ജുവൈഖരി

ചിന്ത പബ്ലിഷേഴ്സ്
തിരുവനന്തപുരം-695 035

മഞ്ജുവൈഖരി

1979 ഫെബ്രുവരി 16 ന് എറണാകുളം ജില്ലയിലെ കാക്കൂർ ഗ്രാമത്തിൽ ജനനം. അച്ഛൻ കാക്കൂർ മംഗലത്ത് മനയ്ക്കൽ എം എൻ നാരായണൻ നമ്പൂതിരി. അമ്മ എം എൻ ഉഷ അന്തർജ്ജനം. പുത്തൻകുരിശ് ഗവ: യു പി സ്കൂൾ, പുത്തൻകുരിശ് എം ജി എം ഹൈസ്കൂൾ, എറണാകുളം മഹാരാജാസ് കോളേജ്, പെരുമ്പാവൂർ കുവപ്പടി ഗവ: പോളിടെക്നിക് എന്നിവിടങ്ങളിൽ വിദ്യാഭ്യാസം. *കലാകൗമുദി, ദേശാഭിമാനി സ്ത്രീ പതിപ്പ്, അക്ഷര കൈരളി, ഖനനം* തുടങ്ങിയവയിലും നിരവധി ഓൺലൈൻ പ്രസിദ്ധീകരണങ്ങളിലും കവിതകൾ പ്രസിദ്ധീകരിച്ചു. ആനുകാലികങ്ങളിൽ നിരൂപണങ്ങളും ലേഖനങ്ങളും പ്രസിദ്ധീകരിച്ചിട്ടുണ്ട്. കാട്ടാക്കട നിയോജകമണ്ഡലത്തിലെ 'ഒപ്പം' പദ്ധതിക്കുവേണ്ടിയും ഐ & പി ആർ ഡിക്കു വേണ്ടിയും മുദ്രാഗാനങ്ങൾ എഴുതി. *ലംബവും തിരശ്ചീനവും* ആദ്യ കവിതാസമാഹാരമാണ്. മഞ്ജു എം എൻ എന്നാണ് യഥാർത്ഥനാമം. മാധ്യമപ്രവർത്തകനായ തൃശൂർ ആമ്പല്ലൂർ കിഴക്കേടത്ത് മനയ്ക്കൽ കെ എൻ സനിൽ പങ്കാളിയും ഭഗത് എം സനിൽ മകനുമാണ്.

വിലാസം   :   മഞ്ജുവൈഖരി
                ഫ്ളാറ്റ് നം. 1A
                എമറാൾഡ് അപ്പാർട്ട്മെന്റ് സ്
                പാളയം, നന്ദാവനം
                തിരുവനന്തപുരം
ഇമെയിൽ   :   mailtomanjumn@gmail.com
ഫോൺ   :   9496158075

ഉള്ളടക്കം

അനുബന്ധം

പഠനം

വാക്കിലെ വീണ്ടെടുപ്പ്

പ്രസാധകക്കുറിപ്പ്

മുറിവേറ്റവരുടെ സാന്ത്വനദീപമായും ആൺകോയ്മയുടെ നിരാസമായും ആദർശധീരതയുടെ നിദർശനമായും വില യിരുത്താനാവുന്ന കുറെ നല്ല കവിതകളുടെ സമാഹാര മാണ് മഞ്ജുവൈഖരിയുടെ *ലംബവും തിരശ്ചീനവും*. സമ കാലിക ജീവിതസമസ്യകളോട് പ്രതികരിക്കുന്ന കവിതക ളാണ് ഈ സമാഹാരത്തിലുള്ളത്. ദുരൂഹതകളും ദുർഗ്ര ഹതകളുമില്ലാത്ത പ്രതിപാദനശൈലിയാണ് മഞ്ജുവി ന്റേത്. കവിതയുടെ രൂപഭാവങ്ങളെ സംബന്ധിച്ചു മാറിമറി ഞ്ഞുകൊണ്ടിരിക്കുന്ന നിലപാടുകൾക്കിടയിൽ ദീർഘകവി തകളെന്നോ കുറുങ്കവിതകളെന്നോ വിവേചിക്കാതെ, കവി തയുടെ ആശയപ്രപഞ്ചത്തിനിണങ്ങിയ രൂപങ്ങളിൽ ഓരോ വിഷയവും പ്രതിപാദിച്ചിരിക്കുന്നു. പുതിയ കാലത്തിന്റെ സാംസ്കാരിക പരിണാമങ്ങളെ അടയാളപ്പെടുത്തുന്ന ഒരു പിടി നല്ല കവിതകൾക്കായി നിശ്ചയമായും *ലംബവും തിര ശ്ചീനവും* നമുക്കു തെരഞ്ഞെടുക്കാം.

ചിന്ത പബ്ലിഷേഴ്സ്

അവതാരിക

മഞ്ജുവിന്റെ കാവ്യവൈഖരി

രാവുണ്ണി

സംഗീതാത്മകമാണ് മഞ്ജുവൈഖരിയുടെ കവിതകൾ. പദങ്ങൾ മനോഹരമായും അനുരൂപമായും പരസ്പരം ഇണങ്ങിനില്ക്കുന്നു. കവി തയിലെ കല്പനകൾ തമ്മിലും ഇണങ്ങിനില്ക്കുന്നു. ഇണക്കമാണ് മഞ്ജുവിന്റെ രചനകളുടെ അടയാളം.

വേദനയുള്ളിലടക്കിയൊതുക്കി-
ത്താങ്ങാൻ വയ്യാതായിട്ടിരുളിൻ
ആത്മാവിൽനിന്നിങ്ങനെ ചിതറി-
ത്തൂവിയൊലിച്ചതു വെൺവെട്ടം

എന്ന് മഞ്ജു വജ്രത്തെക്കുറിച്ചെഴുതിയത് സ്വന്തം കവിതയെക്കു റിച്ചും ആയിത്തീരുന്നു.

ഒരുതുള്ളി സ്നേഹമായ് മാറുക; നമ്മളെ
ആരാണ് പിന്നെക്കൊതിക്കാതിരിക്കുക!

എന്നതാണ് ഈ കവിയുടെ മുദ്രാവാക്യം.

പുല്ലും പൂവും പുഴുവും പൂമ്പാറ്റകളും ഞാനും
മണ്ണും മരവും സകലം സ്നേഹത്താൽ നനയുന്നു.

ഇപ്രകാരമൊരു സ്നേഹമഴയെ ഈ കവിത സ്വപ്നം കാണുന്നു.

മഞ്ജുവൈഖരി

നിന്നിലൂടെന്നെ ഞാൻ കണ്ടുവെന്നാൽപ്പിന്നെ
നീയില്ല, ഞാനില്ല, നമ്മളൊന്ന്
നിന്റെ പാട്ടല്ല പിന്നെന്റെ പാട്ടല്ല നാ-
മൊരുമിച്ചു നമ്മളുടെ പാട്ടുപാടും.
നമ്മളുടെ പാട്ടുകൾ നമ്മൾക്കു തോറ്റങ്ങൾ
നന്മ പുലരാൻ നമ്മളൊത്തുപാടും.

നന്മ പുലരാനും നോവുകൾ മാഞ്ഞുപോവാനുമുള്ള ഒത്തു പാടലാണ് മഞ്ജുവിന് കവിത. അത് വ്യക്തിപരവും ഏകാന്ത വുമായ ഒരു കർമ്മമല്ല. ഏവരും ഒന്നിച്ചുള്ള ഉണരലാണ്, നിവര ലാണ്.

വക്കുപൊട്ടിയ കവിതയുൾ
ചുക്കിലിട്ടു തിരിച്ചു ഞാൻ
ഇറ്റു സ്നേഹമിനിക്കുമെങ്കിൽ
തൊട്ടു മുറിവിൽ തേയ്ക്കുവാൻ

കവിത ഔഷധമാണ്. അത് നേരമ്പോക്കല്ല, കളിതമാശയു മല്ല. വേദനകളെ ശമിപ്പിക്കുകയാണ് കവിത ചെയ്യുന്നത്, ചെയ്യേ ണ്ടത്. അതാണ് കവിതയുടെ ധർമ്മം. കവിധർമ്മം.

ചിന്തോദ്ദീപകങ്ങളായ ദാർശനികതത്ത്വങ്ങൾ വാരിവിതറല ല്ല, സാന്ത്വനഗീതങ്ങൾ പകരുകയാണ് തന്റെ കവികർമ്മമെന്ന് മഞ്ജുവൈഖരി തിരിച്ചറിയുന്നു (എന്റെ പാട്ടിതുപോലെ എന്ന കവിത)

എന്റേത് ഉണർത്തുപാട്ടല്ല
ചിലപ്പോളത് പാട്ടുപോലുമല്ല
ഹൃദയത്തെ ചേർത്തുവെച്ചുള്ള
വെറുമൊരു മൂളൽ മാത്രം

ഇതാണ് കവിയുടെ മാനിഫെസ്റ്റോ. കവിക്ക് തന്റെ എല്ലാ മെല്ലാമാണ് കവിത. അത്രയും ഗൗരവത്തിൽ കവിതയെ സമൂഹം സ്വീകരിക്കുമോ?

എന്റെ പരിഭ്രമം:
''നിങ്ങളിതു വായിക്കില്ലെ?!''
എന്റെ പരിഭവം:
''നിങ്ങളിതു വായിക്കില്ലെ?!''
(വായനക്കാരോട്)

കവിതയുടെ കട്ടിത്തോടിനുള്ളിൽ മധുരമിനിയുന്ന സ്നേഹ
മാണുള്ളത്.

കടുത്ത തോടിന്നകത്തൊളിക്കും
കുളിർത്തൊരിളനീർമധുരം പോലെ
നനുത്തൊരർത്ഥം നിറച്ചുനില്ക്കും
കനത്തവാക്കാണതത്രെ ആർദ്രം
(ആർദ്രം)

സ്വസ്ഥമായൊരിത്തിരി നേരമിളകൊള്ളാൻ സ്ത്രീത്വത്തെ
അനുവദിക്കാത്തവിധം ഹിംസ്രലോകം വളഞ്ഞിടുകയാണ്.

ഇനിയൊന്നിനും തൊടാനാവാത്തവണ്ണം
പേടികൊണ്ടവളെപ്പൊതിഞ്ഞുവയ്ക്കുന്നു.
(ധൈര്യം)

വേദന നിറഞ്ഞ ഒരു ഫലിതമാണിത്. രക്ഷിക്കാനാര്, ശിക്ഷി
ക്കാനാര് എന്ന സന്ദേഹം വളരുന്നു.

ഒരേ വെയിൽതന്നെ
കരിഞ്ഞുണങ്ങാനും
തളിർത്തൊരുങ്ങാനും
(ഒരേ വെയിൽ)

നർമ്മത്തിന്റെ പലരൂപങ്ങളും മഞ്ജു പരീക്ഷിച്ചുനോക്കുന്നുണ്ട്.

ചെറിയ കാര്യങ്ങൾക്ക് ചെറുതായിടുന്നു ചില
വലിയ കാര്യങ്ങളുടെ തമ്പുരാക്കൾ
(ചെറിയവർ, വലിയവർ)

വലിയവർ അത്ര വലിയവരല്ലെന്നും ചെറിയവർ അത്ര ചെറി
യവർ അല്ലെന്നും കണ്ട് മഞ്ജു ചിരിക്കുകയാണ്.

ആവേണ്ടിയിരുന്നതിൽനി-
ന്നായേടത്തോളം നീക്കീ-
ട്ടളന്നങ്ങു തൂക്കംനോക്കീ-
ട്ടാകുവോളമാക്ഷേപം കൊ-
ണ്ടഭിഷേകം ചെയ്യും കൂട്ടർ-

മഞ്ജുവൈഖരി

> ക്കുണ്ടാവണമല്ലോ നിങ്ങടെ
> നാട്ടിലുമൊരു പേരതു പറയൂ
> (നാട്ടാർ)

എന്ന രസികൻ കവിതയിൽ അസൂയകൊണ്ട് പൊറുതിമു
ട്ടിയും പരനിന്ദാത്വം കൊണ്ട് ഇരിക്കപ്പൊറുതിയില്ലാതെയും പര
ക്കംപാഞ്ഞു നടക്കുന്ന നാട്ടാരെ കാണാം. കുഞ്ഞുണ്ണിക്കവിതയു
ടേതായ ഒരു കിറുക്കത്തം ഈ കവിതയ്ക്കുണ്ട്.

> ഒരുതുള്ളിച്ചിരിയുടെ നോവാൽ
> കരിയുന്നൂ ചില സ്വപ്നങ്ങൾ

എന്നത് വേദനാജനകമാണ്. എങ്കിലും

> ഒരുതുള്ളിച്ചിരിയുടെ കനിവാൽ
> തളിരിടുന്നു ചില സ്വപ്നങ്ങൾ
> (ചിരിച്ചേരുവകൾ)

എന്ന പ്രതീക്ഷ കവിത കൈവെടിയുന്നില്ല.

> തെണ്ടാനിറങ്ങുമ്പൊ–
> ളാരേ ജയിക്കുന്നു
> തെണ്ടിയാം ഞാനോ?
> ദൈവമേ നീയോ?
> (വലിയ തെണ്ടി)

തെണ്ടി, ഇല്ലാത്തവൻ മാത്രമല്ല, യാത്രികനും അന്വേഷകനും
ജ്ഞാനിയുമാണ്. തെണ്ടുന്നവൻ തേടുന്നവനാണ്.

> ചിലരെ കാണുമ്പോൾ എഴുന്നേറ്റുപോകുന്നു
> ചിലരെ കാണുമ്പോൾ എഴുന്നേറ്റ് പോകുന്നു
> (ബഹുമാനം)

ഒരേവരി രണ്ടുതവണ എഴുതിയിരിക്കുകയാണ്. എന്തതി
ശയം! രണ്ടാംതവണ വായിക്കുമ്പോൾ അർത്ഥം ആകെ മാറിപ്പോ
കുന്നു.

സത്യവും സങ്കല്പവും എന്നതിന്റെ ഒരുതലത്തിലാണ്
ലംബവും തിര്യീനവും എന്ന രൂപകം വരുന്നത്.

ലംബമായും തിരശ്ചീനമായും
നാലുവരകളെച്ചേർത്തുവച്ച്
നാലാളെക്കാട്ടാനെഴുതിവയ്ക്കും
ഒപ്പമൊപ്പം എന്നുമൊപ്പമൊപ്പം
ഇന്നൊരാളോടൊപ്പമിന്നലെ വേറൊരാൾ
നാളെയാരോടൊപ്പമാരറിഞ്ഞു!

ബന്ധങ്ങളിലുള്ള കാപട്യം, സ്നേഹത്തിലെ സത്യസന്ധ
തയില്ലായ്മ, വറ്റുന്ന മനുഷ്യത്വം എന്നിവ നാലുവരകൊണ്ടും
നാലുവരികൊണ്ടും എഴുതി ഫലിപ്പിച്ചിരിക്കുന്നു. ഒപ്പം എന്നത്
ആവർത്തിച്ചുപറഞ്ഞുകൊണ്ടുള്ള ഒരു ചിരിയാണ് ഈ കുഞ്ഞു
കവിതയുടെ മൂർച്ച.

ഞങ്ങൾ സാഹിത്യ അക്കാദമിക്ക് ഉള്ളിലിരുന്ന് കവിത എഴു
തേണ്ടതെങ്ങനെ, ചൊല്ലേണ്ടതെങ്ങനെ തുടങ്ങിയ ഗൗരവമേറിയ
വിഷയങ്ങളിൽ തലപുകയ്ക്കുകയാണ്. ഏങ്ങണ്ടിയൂർ ചന്ദ്രശേ
ഖരൻ അക്കാദമിക്കു പുറത്തുനിന്ന് നാരങ്ങാമിഠായി നുണഞ്ഞ്
മേഘങ്ങളിൽ കൈയെത്തിച്ച് കവിതയെടുത്ത് ചൊല്ലുന്നു.
അകത്ത് ഇല്ലാത്ത കവിത പുറത്ത് പടർന്നൊഴുകുന്നതുകണ്ട്
രസിച്ച് നില്ക്കുകയാണ് മഞ്ജുവൈഖരി (ഒരു കവിതയും കുറേ
കവികളും). കവികളോടുള്ള വിമർശനവും കവിതയോടുള്ള പ്രതീ
ക്ഷയുമുണ്ട് ഈ രചനയിൽ.

നിറമുള്ള നുണയിൽ പൊതിഞ്ഞൊളിപ്പിച്ചൊരാൾ
നേരിന്റെ നോവുകളെയാറ്റിയപ്പോൾ
കവിതയെന്നതിനു പേർചൊല്ലി വിളിച്ചുകൊ-
ണ്ടതുവഴി പലരും കടന്നുപോയി

എന്ന് മറ്റൊരു കവിതയിൽ പരാമർശിക്കുന്നത്

വേദന പെയ്തുപെയ്താർദ്രമുറഞ്ഞൊരാ
വരികൾ വായിച്ചവർ ചിലർ ചിരിച്ചു
                    (ഇങ്ങനെയല്ലായിരുന്നെങ്കിൽ)

വേദന ചിരിയായും ചിരി വേദനയായും മാറുന്നു. ഒരാൾ
പൊള്ളലേറ്റു പിടയുന്നതുകണ്ടാൽ തലതല്ലിച്ചിരിക്കുന്ന ജന
ങ്ങൾക്കിടയിലേക്കാണ് കവിത കടന്നുവരുന്നത്.

ഇത്തിരി സ്വപ്നങ്ങൾ-
ക്കൊത്ത നടുക്കായൊ-
രിത്തിരി ഞാനിരിക്കുന്നു
                    (ഇത്തിരി ഞാൻ)

ഇത്തിരിപ്പോന്ന മനുഷ്യരുടെ വലിയ സ്വപ്നങ്ങൾകൊ
ണ്ടാണ് ലോകം ഉണ്ടായിരിക്കുന്നത്. ചെറിയ സ്വപ്നങ്ങളുള്ള
വലിയ മനുഷ്യരുടെ വാഴ്ചക്കാലം ഉണ്ടാവാതിരിക്കട്ടെ.

ദൈവത്തിന്റെ പേരിൽ കാട്ടിക്കൂട്ടുന്ന ഭക്തിപ്രകടനങ്ങ
ളെയും തോന്നിവാസങ്ങളെയും പരിഹസിക്കുന്ന കവിതയാണ്
നിങ്ങളുടെയൊരു കാര്യം. ഓട്ടൻതുള്ളൽ മട്ടിലുള്ള തുറന്നടി
ക്കലും വിമർശനവും ഈ രചനയുടെ സവിശേഷതയാണ്. ആരെ
ങ്കിലും ഇതൊക്കെയൊന്നു വിളിച്ചുപറയണമല്ലോ.

ഈ കവിതകളിൽ പ്രകൃതി നിറഞ്ഞുനില്പുണ്ട്. മഞ്ജു
വിന്റെ മഷിപ്പാത്രത്തിൽ കാടും കടലും പുഴയും പൂവും കിളി
കളും കാറ്റും ഉണ്ട്. ഒരേ മാതൃക ആവർത്തിക്കാതെ പല രൂപ
ങ്ങൾ മാറിമാറി പരീക്ഷിക്കുന്നുണ്ട്. ചിരിയും കണ്ണീരും ഇടക
ലർന്നൊഴുകുന്നതാണ് മഞ്ജുവിന്റെ കവിതാവൈഖരി.

ഒട്ടും ആത്മവിശ്വാസം ഇല്ലാതെയും ആശങ്കകളോടെയും
കന്നിക്കാൽ വെയ്ക്കുന്ന ഈ എഴുത്തുകാരിക്ക് വായനക്കാരെ
കൂടെക്കൂട്ടാനുള്ള വാഗ്ഗൈഭവമുണ്ട്. എഴുത്തിന് തനിമയും പുതു
മയുമുണ്ട്. പഴമയുടെ ഭംഗികളൊന്നും കൈവിട്ടുകളഞ്ഞിട്ടുമില്ല.

എന്റെ ഒരു കുഞ്ഞിപ്പെങ്ങളുടെ കന്നിക്കവിതാസമാഹാരം
അങ്ങേയറ്റം അഭിമാനത്തോടും പ്രതീക്ഷയോടുംകൂടി സഹൃദ
യസമക്ഷം സമർപ്പിച്ചുകൊള്ളുന്നു.

കവിതയുടെ വെൺവെട്ടം

ഏങ്ങണ്ടിയൂർ ചന്ദ്രശേഖരൻ

ചിലരുടെ ഓരോ തോന്നലുകളും കവിതകളായി മാറും. മഞ്ജു വിന്റെ കവിതകൾ കേൾക്കുമ്പോഴും വായിക്കുമ്പോഴും എനിക്കങ്ങനെ തോന്നാറുണ്ട്. കവിതയെ മാത്രം മനസ്സിൽ ധ്യാനിച്ച് നടക്കുമ്പോൾ കിട്ടുന്ന അപൂർവ്വ സുകൃതമാണിത്.

ചില എഴുത്തുകാർ അവരുടെ പാട്ടിലോ കൂട്ടിലോ ആരെയും കയ റ്റാറില്ല. വേദനകളുടെ എല്ലാ തീവണ്ടികളും പായുന്നത് അവരുടെ തല ച്ചോറിൽ മാത്രം മതിയെന്ന് ശാഠ്യം പിടിച്ച് മറ്റാർക്കും പ്രവേശനമില്ലാത്ത ഇടങ്ങളാക്കി മാറ്റും. പക്ഷേ, മഞ്ജുവൈഖരിയുടെ കവിതകളിൽ പാട്ടു പോലെ ഹൃദയത്തെ ചേർത്തുവച്ച ഒരു മൂളലുണ്ടാകും. മറ്റുള്ളവരുടെ വേദനകളെ മാച്ചുകളയാനാണ് ഈ വിദ്യ.

ഇത്തിരി വെട്ടത്തിൽ മങ്ങിയ വെട്ടത്തിലാണ് എല്ലാ കവിതകളും പിറക്കുന്നത്. മറ്റു ഹൃദയങ്ങളിലേക്ക് കടന്നുചെല്ലുമ്പോഴാണ് അത് പ്രകാ ശമായി മാറുന്നത്. ഈ ആത്മമന്ത്രം വശമാക്കിയ കവയിത്രിയാണ് മഞ്ജുവൈഖരി.

കുഞ്ഞിക്കവിതകൾ എഴുതുമ്പോഴും അടയ്ക്കാപ്പക്ഷിയുടെ കിളി യൊതുക്കം കാണാം. നേർത്ത സംഗീതം കേൾക്കാം. സംഗീതം നെഞ്ചേറ്റി നടക്കുന്ന എന്റെ ആത്മസുഹൃത്തിന്റെ *ലംബവും തിരശ്ചീനവും* എന്ന കാവ്യസമാഹാരം പുറത്തിറങ്ങുമ്പോൾ എന്റെ സന്തോഷം പങ്കുവ യ്ക്കാൻ മാത്രമാണീ കുറിപ്പ്.

വായനക്കാരോട്

എന്റെ പരിഭ്രമം:
"നിങ്ങളിതു വായിക്കില്ലേ!"
എന്റെ പരിഭവം:
"നിങ്ങളിതു വായിക്കില്ലേ?!"

എന്റെ പാട്ടിതുപോലെ

എന്റെ കൂടെയുള്ളവർ
എന്നെപ്പോലെ മുറിവേറ്റവരാണ്.
അവർക്ക് (എനിക്കും) വേണ്ടിയിരുന്നത്
സാന്ത്വനഗീതങ്ങളായിരുന്നു.
ചിന്തോദ്ദീപകങ്ങളായ
ദാർശനികതത്ത്വങ്ങളായിരുന്നില്ല.
എനിക്കറിയാവുന്നതെല്ലാം
എനിക്കറിയാവുന്നതുപോലെ
ഞാൻ ഞങ്ങൾക്കായ് പാടും.
എന്റെ മുറിവുകളെയൊന്നും
ഞാൻ താലോലിക്കാറില്ല.
അവരുടെ മുറിവുകൾക്ക്
ഉണങ്ങാനുള്ള ഔഷധമല്ല;
എന്റേത് ഉണർത്തുപാട്ടുമല്ല;
ചിലപ്പോളത് പാട്ടുപോലുമല്ല.
ഹൃദയത്തെ ചേർത്തുവച്ചുള്ള
വെറുമൊരു മൂളൽ മാത്രമാവാം.
വേദനകൾ ഒന്നു മറക്കാൻ
അവർക്കപ്പോളാവുമെങ്കിൽ
എനിക്കു വേറെയെന്തുവേണം!
ഭയപ്പെടുത്താൻ കഴിയില്ലെനിക്ക്.
ഞാൻ ഭീരുവായതുകൊണ്ടല്ല.
ഞങ്ങളെ വേദനിപ്പിച്ചവരോട്
സമരസപ്പെട്ടതുകൊണ്ടുമല്ല.

വജ്രം

വേദനയുള്ളിലടക്കിയൊതുക്കി‌–
ത്താങ്ങാൻ വയ്യാതായിട്ടിരുളിൻ
ആത്മാവിൽനിന്നിങ്ങനെ ചിതറി–
ത്തൂവിയൊലിച്ചതു വെൺവെട്ടം!

ആർദ്രം

കടുത്ത തോടിന്നകത്തൊളിക്കും
കുളിർത്തൊരിളനീർമധുരം പോലെ
നനുത്തൊരർത്ഥം നിറച്ചുനില്ക്കും
കനത്ത വാക്കാണതത്രെ ആർദ്രം.

നിനക്കായ്

നിനക്കിളവേല്ക്കാൻ
നിന്റെ നോവാറ്റാൻ
ഞാൻ വിരിച്ചിട്ടെൻ
മനസ്സിന്റെ മഞ്ചം.

നീയുറങ്ങാനായ്
മൂളുവാൻ മാത്രം
പാട്ടൊന്നു കാത്തു
ഞാനെന്റെ ചുണ്ടിൽ

നീ വിയർത്തീടിൽ
വീശിത്തണുക്കാൻ
തുവൽവിശറിയാ-
യെന്റെ കിനാക്കൾ.

നിന്റെ പാദങ്ങൾ
തഴുകിത്തലോടാൻ
എൻവിരൽക്കൈകൾ
കൊതിച്ചുനീട്ടുന്നു.

നിന്റെ പുനെറ്റി-
ത്തടത്തിലേകീടാം

ഏറ്റം മൃദുവായ്
ഞാനൊരു മുത്തം.

നീയുറങ്ങുമ്പോൾ
ആ മുഖം നോക്കി
നോക്കിയിരിക്കും
ഞാനെന്നുമെന്നും.

പഴയ കുട

മഴ കൊള്ളാത്തൊരു കുടയെപ്പോലെ
പഴകി നരച്ചു ചുരുണ്ടു കിടപ്പാ
ണൊരു മനസ്സെന്നോ നനഞ്ഞ സ്നേഹ-
പ്പെരുമഴയോർമ്മയിലിരുളിന്നറയിൽ.

ധൈര്യം

ഇനിയൊന്നിനും തൊടാനാകാത്തവണ്ണം
പേടികൊണ്ടവളെപ്പൊതിഞ്ഞുവയ്ക്കുന്നു.

ഒരേ വെയിൽ

ഒരേ വെയിൽ തന്നെ;
കരിഞ്ഞുണങ്ങാനും
തളിർത്തൊരുങ്ങാനും

വിഡ്ഢിചരിതം

ജന്മനാ വിഡ്ഢിയോടൊപ്പം ചിലർ
കർമ്മണാവിഡ്ഢികൾ കൂട്ടമായി
സ്വർഗ്ഗത്തിലേക്കൊരു യാത്രപോയി
അക്കഥ കേൾക്കണോ കൂട്ടുകാരേ?

വിഡ്ഢിയാണെങ്കിലുമാണൊരുത്തൻ
വിസ്തൃതനെഞ്ചളവൊത്തൊരുത്തൻ
പട്ടുകുപ്പായങ്ങളിട്ടൊരുത്തൻ
ഉറ്റവരുടയവരില്ലാത്തവൻ

ഒറ്റയാനിഷ്ടന്റെ ശേമുഷിയും
ശേഷിയും വാഴ്ത്തുന്നു ശിങ്കിടികൾ
ഒറ്റയ്ക്കുതന്നെയവൻ വിതച്ചൂ
പാടത്ത് പച്ചപ്പയർ വിളഞ്ഞു.

ഇപ്പയർകൊണ്ടുഞാൻ നാട്ടിലുള്ള
പട്ടിണിപ്പാവങ്ങളെപ്പുലർത്തും
ഇപ്പയർകൊണ്ടുഞാനെന്റെ നാടിൻ
പേരും പ്രതാപവുമേറെയേറ്റും!

ഇത്തരമെന്തൊക്കെയോ പുലമ്പി
ഗദ്ഗദകണ്ഠനവൻ കരഞ്ഞു
കൈയടിക്കാനും മറന്നു കണ്ണും
തള്ളി വാപൂട്ടാതെ കൂട്ടുകാരും.

മഞ്ജുവൈഖരി

പാതിരാനേരത്തൊരിക്കലെവൻ
പൂരിതാവേശത്തൊടൊച്ചയിട്ടു
സ്വർഗ്ഗത്തിൽനിന്നൊരു പോത്തിറങ്ങി
എന്റെ പയർകൃഷി നാശമാക്കാൻ

ഇല്ലില്ല വിട്ടില്ല ഞാനതിന്റെ
വാലിൽ പിടിച്ചു വട്ടം കറക്കീ
വിട്ടയച്ചീടുകിൽ നിന്നെ ഞാനാ
സ്വർഗ്ഗത്തിലേക്കിന്ന് കൊണ്ടുപോകാം.

എന്നോടപേക്ഷിച്ച പോത്തിനെ ഞാൻ
മെല്ലെന്ന് താഴെയിറക്കിനിർത്തി
പിന്നെപ്പറന്നതിൻ വാൽപിടിച്ചാ
സ്വർഗ്ഗത്തിലേക്കുഞാൻ നാട്ടുകാരേ

എന്തെന്തൊരത്ഭുതമാണു സ്വർഗ്ഗം
കാണേണ്ട കാഴ്ചകളാണു സർവ്വം
ഈ ഭൂമിയൊക്കെയെന്തോർത്തുപോയാൽ
എത്രയതിശയം സ്വർഗ്ഗലോകം!

ഇപ്പളാപ്പൊത്തെന്റെ കൂട്ടുകാരൻ
ഞാൻ നിനച്ചെന്നാൽ നടക്കാത്തതായ്
ഈ ഭൂവിലെന്തുണ്ടതോർമ്മവേണം
നിങ്ങളെയൊക്കെ ഞാൻ കൊണ്ടുപോകാം

എത്തണമെല്ലാരുമെന്റെ പാട-
ത്തെത്രയും ചിട്ടയിൽ നാളെരാത്രി.
ഇത്രപറഞ്ഞയാൾ മൗനിയായി
കൂട്ടാളികൾ ആർപ്പുമേളമായി.

എൺപതിന്നപ്പുറമെത്തിയോരും
പിള്ളയെപ്പുള്ളയിലേറ്റിയോരും
അത്താഴപ്പട്ടിണിക്കാരുപോലും
സ്വർഗ്ഗത്തിലേക്കു വരിനിരന്നൂ

അത്യുത്സുകരായവർ നിരക്കേ
എത്തിയാ വിഡ്ഢി അവർക്കു മുന്നിൽ
പാതിരാനേരത്ത് പോത്തു വന്നാൽ
പോത്തിന്റെ വാലിൽ പിടിച്ചീടുമേ

പിന്നെയൊരാളുടെ കാൽ പിടിക്ക
അക്കാൽ പിടിക്കേണമിനിയൊരുത്തൻ
അങ്ങനെയങ്ങനെ ചങ്ങലയായ്
പോത്തിന്റെ കൂടെപ്പറന്നുയരും.

ഉത്സാഹപർവ്വതത്തുമ്പിലെത്തീ
ഉറ്റകൂട്ടാളികൾ തലകുലുക്കീ
സ്വർഗ്ഗത്തിലെപ്പോത്തുവന്നനേരം
ചൊന്നതുപോലെയവർ പറന്നൂ

സ്വർഗ്ഗത്തിലേക്കു പറന്നു പോത്ത്
പോത്തിന്റെ വാലിലാ വിഡ്ഢിരാജൻ
വിഡ്ഢീടെ കാലിലടുത്ത വിഡ്ഢി
വിഡ്ഢികൾ മാലയായ് പൊങ്ങിപോലും.

ഇത്തിരിനേരം പറന്നശേഷം
കൂട്ടാളിവിഡ്ഢികളുത്സുകരായ്
സ്വർഗ്ഗവിശേഷങ്ങൾ കേൾക്കുവാനായ്
വിഡ്ഢിനേതാവ് പറഞ്ഞിടാനും.

സ്വർഗ്ഗത്തിലേയാന സ്വർഗ്ഗത്തിലെച്ചേന
സ്വർഗ്ഗത്തിലൊക്കെയും സ്വർഗ്ഗമയം!
ഇങ്ങനെ ചൊല്ലിപ്പറക്കവേയാ
കൂട്ടത്തിലൊരുവിഡ്ഢി ചോദിച്ചുപോൽ

സ്വർഗ്ഗത്തിലെച്ചേനയെത്രയുണ്ട്?
സ്വർഗ്ഗത്തിലെച്ചേനയിത്രയുണ്ട്.
കൈരണ്ടുമങ്ങു വിടർത്തി രാജൻ
പോത്തിന്റെ വാലതാ വിട്ടുപോയി

തത്തകപിത്തകയെന്ന മട്ടിൽ
വിഡ്ഢികളവരുടെ രാജനൊപ്പം
വന്നുവീണൂ പയർമണികളൊക്കെ
അമ്പേ ചതഞ്ഞു പരന്നുപോയീ.

അങ്ങനെ പയറു പരന്നിട്ടത്രെ
ഇന്നു നാം കാണും മുതിരയെല്ലാം
ഉണ്ടായതെന്നൊരു പുസ്തകത്തിൽ
വേറൊരു വിഡ്ഢിയങ്ങെഴുതിവച്ചു.

മഞ്ജുവൈഖരി

ചെറിയ വലിയവർ

ചെറിയ കാര്യങ്ങൾക്ക്
ചെറുതായിടുന്നു ചില
വലിയ കാര്യങ്ങളുടെ
തമ്പുരാക്കൾ!

സ്നേഹമാവുക

ഒരുതുള്ളി സ്നേഹമായ് മാറുക നമ്മളെ
ആരാണു പിന്നെക്കൊതിക്കാതിരിക്കുക?

നാട്ടാർ

ആവേണ്ടിയിരുന്നതിൽനി–
ന്നായേടത്തോളം നീക്കീ–
ട്ടളന്നങ്ങു തൂക്കം നോക്കീ–
ട്ടാകുവോളമാക്ഷേപംകൊ–
ണ്ടഭിഷേകം ചെയ്യും കൂട്ടർ–
ക്കുണ്ടാവണമല്ലോനിങ്ങടെ
നാട്ടിലുമൊരു പേരതു പറയൂ.

നര

എന്റെ മുടിയും വെളുക്കാൻ തുടങ്ങി.
ഏതു ചായം പുരട്ടേണ്ടതിനി ഞാൻ;
ഏറുമാധികൾ മായ്ക്കാൻ, മറയ്ക്കാൻ?
ലോകമേ! നിന്റെ കാഴ്ചയ്ക്കൊരുങ്ങാൻ.

പുസ്തകജന്മം

ഇനിയവനിയിൽ വരുവാനൊരുനാൾ
ഇടയാകിൽ ഞാനൊരു പുസ്തക-
മാകട്ടേ ഏടുകൾ മുഴുവൻ
വിഷയം നിൻ പ്രിയമുള്ളൊന്നായ്.

പ്രിയനേ നിൻ വായനമുറിയിൽ
അതിമോദം മരുവും ഞാനാ
മുഖദർശനസൗഭാഗ്യത്തിൻ
മധുവുണ്ടുമയങ്ങും നൂനം!

പതിയട്ടേ മിഴി–യെൻമേൽ നിൻ
വിരലുകളും പരതീടട്ടെ,
അവിടുത്തേയങ്കതലത്തിൽ
പുലരട്ടേയെൻ വാഴ്‌വെന്നും.

വരിയോരോന്നോരോന്നായി-
ട്ടതിസൂക്ഷ്മം വിരലോടിച്ചും
മിഴിയിണയാലൂന്നിയുഴിഞ്ഞും
വളരും നിന്നൗത്സുകൃത്താൽ

വായന നീ തുടരേ നീയും
ഞാനുമൊരേ ബോധതലാസവ-
ലഹരിയതിൽ മുഴുകിടുമതിലെൻ
വാഴ്‌വെത്രയുമണിയും പുണ്യം!

മുന്തിരിസ്വപ്നം

ഞാൻ വെറുമൊരു
കറുത്ത മുന്തിരിപ്പഴം.
ചവിട്ടിയരച്ച് പോകുമ്പോൾ
ഒരു ചീഞ്ഞ മുന്തിരിയുടെ
അനിവാര്യമായ അന്ത്യം
എന്നു ലോകർ പറയും.
പക്ഷേ, ഞാനപ്പോഴും
നിന്റെ അധരങ്ങളാൽ
പാനം ചെയ്യപ്പെടുന്ന
മുന്തിരിച്ചാറാവുന്നത്
സ്വപ്നം കാണുകയാവും.

വവ്വാൽ

പക്ഷിയെന്ന് മൃഗങ്ങളും
മൃഗമെന്ന് പക്ഷികളും
പുറത്താക്കിയതുമുതൽ
ഞാൻ നിങ്ങളുടെ ലോകം
തലതിരിഞ്ഞു കണ്ടുതുടങ്ങി.
മാരികളും കൊലമറുതയും
യക്ഷിയും രക്തരക്ഷസ്സും
എന്റെയാളുകളാണെന്നും
അല്ല, ഞാൻതന്നെയെന്നും
എന്നെ വിധിച്ചു കഴുവേറ്റി,
എന്നെ സ്നേഹിക്കാത്ത
നിങ്ങളുടെ മാത്രം ലോകം!
ഞാനെന്റെ കണ്ണടച്ചിരുട്ടാക്കി.
ഇരുട്ടിന്റെ കരുതൽക്കടൽ
എനിക്കഭയം തന്നരുളി.
ചായമിട്ട പൊയ്മുഖങ്ങളേ,
നിങ്ങളെ കാണുകയെന്നത്
ചീത്ത സ്വപ്നത്തേക്കാളും
ഞാനെന്നും വെറുക്കുന്നു.

ചിരിച്ചേരുവകൾ

ചിരിയുടെ ചേരുവകൾ തമ്മിൽ
ഭേദങ്ങൾ വരുന്ന കണക്കിൽ
ഒരുതുള്ളിച്ചിരിയുടെ കനിവാൽ
തളിരിടുന്നു ചില സ്വപ്നങ്ങൾ
ഒരുതുള്ളിച്ചിരിയുടെ നോവാൽ
കരിയുന്നു ചില സ്വപ്നങ്ങൾ.

ഇത്തിരി ഞാൻ

ഒത്തിരി സ്വപ്നങ്ങൾ–
ക്കൊത്ത നടുക്കായൊ–
രിത്തിരി ഞാനിരിക്കുന്നു.

അഗ്നിശുദ്ധി

പൊള്ളുന്നുണ്ടാര്യപുത്രാ, ഞാൻ
പിന്തിരിഞ്ഞീടുകില്ലിനി
വെന്തുതീർന്നോട്ടെയീജന്മം
അല്ലലാർക്കതിലോർക്കുകിൽ!

വഹ്നിവാതിലിലൂടേ ഞാ–
നഞ്ജലീബദ്ധയായെത്തും
എന്നതോർത്തിട്ടൊരാൾപോലും
കാത്തുനില്പില്ലറിഞ്ഞു ഞാൻ.

ആയതുണ്ടെങ്കിലാർക്കാനും
ഈ വിധം തീക്കടൽ താണ്ടാൻ
യോഗമുണ്ടാകയില്ലല്ലോ
നോവുണർത്തുന്ന നേരുതാൻ!

സന്ദേഹത്തിന്റെ തീക്കനൽ
നിന്റെ കണ്ണിലെരിഞ്ഞ നാൾ
തന്നെ നീറിയെരിഞ്ഞതാ–
ണെന്റെയാത്മാവറിഞ്ഞുവോ!

മയിൽപ്പേടയെപ്പോലെയെൻ
മനസ്സാടിയിരുന്നു നിൻ

മധുരസ്മേരവദനത്തിൽ
മദനപുഷ്പങ്ങൾ പൂത്തനാൾ!

നിൻ സ്വരം കേട്ടമാത്രയിൽ-
ത്തന്നെ വേഗമുണർന്നുപോം
എന്റെ രാഗപ്പൂങ്കുയിൽ മറു
പാട്ടിന്നുൽക്കടേച്ഛയാൽ!
വരളുന്നെന്റെ കണ്ഠം നിൻ
പാട്ടിന്നെതിർപാട്ടുപാടുവാ-
നിനിയാവില്ലുണങ്ങുന്നു
ചുരുണ്ടൊട്ടുന്നു നാവുമേ!

സുഭഗസുന്ദരരൂപത്തിൻ
സൂര്യതേജസ്സിനാലെയീ
മിഴിവിളക്കുതെളിഞ്ഞതാ-
ണഗ്നിയേല്ക്കട്ടെയിതിനെയും.

മുടിത്തുമ്പിനാലേപോലും
മനസ്സിൽ ചിന്നതയ്ക്കു ഞാൻ
ഇടം നല്കില്ലതെൻ വാക്കാ-
ണിവിടം വിട്ടുപോകവേ.

കരുതേണ്ടൊരു മൺശില്പം
പോലുമാ സ്മൃതിധാരയിൽ
കരുതാത്ത മനസ്സിന്നാ
പ്രതിമയെന്തു പകർന്നിടാൻ!

പൊള്ളുന്നുണ്ടാര്യപുത്രാ നിൻ
കൈകൾ വന്നുതടഞ്ഞുവോ?!
ഇല്ല, തോന്നിയതാണെന്റെ
തോന്നലും തിന്നിടട്ടെ തീ!

ആട്ടക്കാർ

ഞങ്ങളാട്ടക്കളത്തിലെ വേഷങ്ങൾ
നിങ്ങളാട്ടവും കണ്ടു മടങ്ങുവോർ
ഞങ്ങളാട്ടവിളക്കണഞ്ഞിരുളുവോർ
നിങ്ങൾ കാണുന്ന ഞങ്ങളല്ലാത്തവർ.

മകളുടെ യാത്ര

അറിയാത്ത വഴികളിൽ യാത്ര പോകാൻ
നിനയാത്ത നേരത്ത് തിരികെയെത്താൻ
ഇനിയെന്റെ മകളും പുറപ്പെടുമ്പോൾ
തടയാതെ കാലമേ! കണ്ടുനില്ക്ക്!

ചുമ്മായിങ്ങനെ പെയ്യുന്ന ചിലർ

ചുമ്മായിങ്ങനെ പെയ്യാൻ നിന്നെക്കൊണ്ടേയാവൂ
ഒന്നും വേണ്ടാ പകരം തിരികെ നിനക്കെന്നാണോ!

എന്നോയിത്തിരി വെള്ളം മണ്ണിൽനിന്നുമെടുത്തു
പകരം നീ ചൊരിയുന്നു സ്നേഹപ്പെരുമഴ നിറയെ!

പുല്ലും പൂവും പുഴുവും പൂമ്പാറ്റകളും ഞാനും
മണ്ണും മരവും സകലം സ്നേഹത്താൽ നനയുന്നു!

തെല്ലിടയൊന്നു ചിരിച്ചും പിന്നെയിടയ്ക്കു കയർത്തും
വീണ്ടും പെയ്തു തിമിർത്തും നിറയുന്നു നിൻ സ്നേഹം!

മുറ്റം നല്ലൊരു പുഴയായ്; കൊച്ചുകിടാങ്ങൾ നിന്നു
ഒട്ടിടയിറയത്തെന്നാൽ പിന്നെയിറങ്ങിക്കളിയായ്

കടലാസിന്നോടങ്ങൾ കുഞ്ഞിക്കടലിലിറങ്ങി
കുഞ്ഞോളങ്ങളിലിളകി കളിയോടങ്ങൾ നീങ്ങി.

തിരികെത്തരുവാനൊന്നും തരമാവാത്തോർ ഞങ്ങൾ
ഉരുകും മനമോടെന്നും നിൻവരവിന്നായ് കാത്തു.

ഇറയത്തേക്കു നടക്കാൻ നിറയും മഴയത്തലിയാൻ
കരളിലുദിച്ചൊരു മോഹം കാലുകളറിയുന്നില്ലാ!

മഞ്ജുവൈഖരി

പ്രാണപ്രേയസി വന്നെൻ വീൽചെയറിന്നരികത്തായ്
പുഞ്ചിരിയോടെ വിരൽപ്പൂവെന്റെ ശിരസ്സിലുഴിഞ്ഞു!

"മഴ നനയാൻ കൊതിയായയോ?" മൃദുവായ് വന്നൊരു ചോദ്യം.
"പനിയെങ്ങാനും വന്നാൽ! പ്രിയനേ വേണ്ടെ"ന്നോതി.

തളിർവിരലുകളാൽ തഴുകീ മുടിയിഴ മെല്ലെയൊതുക്കി
പ്രണയച്ചിരി ചാലിച്ചെൻ കവിളിലൊരുമ്മ പുരട്ടി.

മഴയേ, യിവളും നീയും തമ്മിൽ ചേരുന്നവരായ്
സ്നേഹത്തുമഴ പെയ്തീയെന്നെപ്പൊതിയുന്നവരായ്

മനമറിയുന്നവർ നിങ്ങൾ! നിറമനമോടെ ഞാനും.
തിരികേയെന്തു തരാൻ ഞാൻ നിറയും മനമല്ലാതെ?!

കൂട്ടുകാരി

കൂട്ടുകാരീ ഞാനറിഞ്ഞിടുന്നു
നേരാണ് നീയുമൊരുതുള്ളി നേര്
നോവാണ് നീയുമൊരുതുള്ളി നോവ്

വലിയ തെണ്ടി

തെണ്ടാനിറങ്ങുമ്പൊ–
ളാരേ ജയിക്കുന്നു
തെണ്ടിയാം ഞാനോ,
ദൈവമേ! നീയോ?

മാലിന്യം

വിളികേൾപ്പൂ പടിവാതിൽക്കൽ
"വരവായി വസന്തം" കുസൃതി–
ച്ചിരിയീണം ചേർന്നു ചുണ്ടിൽ
പടിവാതിലിലവരെക്കാണേ.

വരുമാനത്തീന്നോരോഹരി–
യവരൈക്കെയേല്പിക്കുന്നു
ഒഴിവാക്കാനെന്റെയഴുക്കിൻ
കെട്ടുകളങ്ങവരേല്ക്കുന്നു.

അഴുകുന്നവയല്ലാത്തവയെ–
ന്നോരോരോ കെട്ടുകളാക്കീ–
ട്ടവരെച്ചെന്നേല്പിച്ചൂ ഞാൻ
മടിയേതും തോന്നീടാതെ.

അയലങ്ങളിൽനിന്നുമഴുക്കിൻ
ഭാണ്ഡങ്ങളിറങ്ങു,ന്നവയും
ചെറുവണ്ടിയിലേറുന്നങ്ങനെ
മറയുന്നൂ, സ്വസ്ഥം! സ്വച്ഛം!

ഇറയത്തെത്തിണ്ണയിലേറീ–
ട്ടിരുകാലും നീട്ടിയിരിപ്പു–
ണ്ടതിയാനൊരു കാപ്പിയുമായി–
ട്ടിന്നത്തെപ്പത്രം നോക്കാൻ.

"എടിയേ, പണി പാളീയിനിമേൽ
പനിനീർപ്പൂഞ്ചോലയിലെങ്ങും
മാലിന്യം തള്ളാൻ പാടി-
ല്ലതു കോടതിയുത്തരവായി."

പനിനീർപ്പൂഞ്ചോലക്കാരുടെ
സമരത്തിൻ ചിത്രങ്ങൾ ഞാൻ
പതിവായിക്കാണാറുണ്ടാ-
പ്പത്രത്തിൽ പലനാളുകളായ്.

മുലയീമ്പും കുഞ്ഞിനെയും കൊ-
ണ്ടൊരുസമരക്കാരിയിരുന്നാ-
പ്പടമങ്ങനെ നോക്കിയിരിക്കേ
നനവാർന്നെൻ മനവും മിഴിയും.

ഉടനേയ്'ന്നോൺലൈ'നായി-
ട്ടൊരു 'പോസ്റ്റാ'ച്ചിത്രം ചേർത്തി-
ട്ടിടുവാനും മടികാണിച്ചി-
"ല്ലമ്മമനസ്സവരോടൊപ്പം"!

ഒരു മൂളിപ്പാട്ടും പാടി-
പ്പാലപ്പപ്പണിയിൽ മുഴുകീ-
ട്ടടുക്കളക്കോവിലിനുള്ളിൽ
ശ്രീദേവിയുണരുകയായി!

മുട്ടക്കറിയപ്പുവിനിഷ്ടം,
പാലപ്പോം മുട്ടക്കറിയും,
അങ്ങേർക്കും പഥ്യമതാണി-
ന്നതുതന്നെ പടച്ചുണ്ടാക്കാം.

കുക്കുടാണ്ഡമെടുത്തു കൈയിൽ
തോടിളക്കുവാനായ് ചെറുതായ്
തട്ടുവാൻ തുനിഞ്ഞു പെട്ടെ-
ന്നൊരു തോന്നൽ മിന്നൽ പോലെ!

നാളെമുതൽ മുട്ടത്തോടും
മീമ്മുള്ളും ഉള്ളിത്തോലിയും
ചപ്പുചവറെടുക്കാനായി-
ട്ടാക്കൂട്ടർ വന്നില്ലെങ്കിൽ

മഞ്ജുവൈഖരി

പെട്ടുപോകുമല്ലോ, വീട്ടിൽ
കെട്ടനാറ്റമോർക്കുമ്പോഴ–
ങ്ങെത്ര വല്ല്യ ചതിയായ്പ്പോയീ
പനിനീർപ്പൂഞ്ചോലക്കാരേ!

തൊട്ടടുത്ത നിമിഷംതന്നെ
മുട്ട താഴെവച്ചു, ഫോണിൽ
ചപ്പുചവറെടുക്കുന്നോരെ–
ക്കിട്ടുവാൻ തിടുക്കം കൂട്ടി.

ആവലാതി വേണ്ടാ മാഡം
പതിവുപോലെ നാളെയുമെത്തും
പുതിയൊരിടമതായിട്ടുണ്ടാ–
പ്പൂമ്പാറ്റക്കുന്നിൻ ചരിവിൽ!

പനിനീരോ പൂമ്പാറ്റകളോ
കഥയല്ലെ,ന്നഴുക്കുപാത്രം
ചൊരിയാനിടമുണ്ടാകേണം
അതു നിശ്ചയമോർക്കുക നിങ്ങൾ!

"വീട്ടിലെ മാലിന്യം വീട്ടിൽ
സംസ്കരിക്കുവാനായ് പുത്തൻ
സൂത്രമൊന്നതുണ്ടെടി, നോക്കീ–
പ്പരസ്യ" മെന്നതിയാനെത്തി.

നോക്കട്ടേ! നമുക്കുവേണം
നിശ്ചയമാ സൂത്രം വേഗം
നാറുമഴുക്കടിഞ്ഞുകൂടാൻ
ഇടയാവരുതെന്നുടെ വീട്ടിൽ!

"വീട്ടിലെ മാലിന്യം വീട്ടിൽ
തീർത്തൊടുക്കുമെന്നാലയ്യോ
വീട്ടുകാരുടകമേയടിയും
മാലിന്യം തീർക്കുക വയ്യ!"

പരസ്യവാക്യത്തിൽനിന്നും
തെറിച്ചുവന്നാഴ്ന്നു മുള്ളൊാ–
ന്നതിന്റെ നോവാറ്റാൻ നില്ക്കാ–
തടുക്കളയ്ക്കുള്ളം പുകി.

നമ്മുടെ പാട്ട്!

നിന്നിലൂടെന്നെ ഞാൻ കണ്ടുവെന്നാൽപ്പിന്നെ
നീയില്ല ഞാനില്ല നമ്മളൊന്ന്.

നമ്മൾക്കൊരാകാശമൊരു മൺതണുപ്പു പി–
ന്നൊരു ജീവധാര ശ്രുതിലയമുണർത്തും.

നിന്റെ പാട്ടല്ല പിന്നെന്റെ പാട്ടല്ല നാ–
മൊരുമിച്ചു നമ്മളുടെ പാട്ടുപാടും.

നമ്മളുടെ പാട്ടുകൾ നമ്മൾക്കു തോറ്റങ്ങൾ
നന്മ പുലരാൻ നമ്മളൊത്തുപാടും.

നീറുന്ന നോവുകൾ നീരാളിനീൾക്കൈക്കെ–
ളിനിവരാത്തോണം മറഞ്ഞുപോകും.

നമ്മളുണരും നമ്മളുയരുമീ മണ്ണിൽച്ച–
വിട്ടിനിന്നാകാശമുമ്മവയ്ക്കും.

പലനിറം പലഭാഷ പല ഭക്ഷണം നമു–
ക്കല്ലെലെന്തിന്നതിൽ നമ്മളൊന്ന്!

ഒരുപാട്ടൊരേയീണമൊരുലയം നമ്മളിൽ
വിരിയട്ടൊരായിരം പൂക്കളെന്നും.

ഉണരട്ടെ ചിന്തകൾ ഉയരട്ടെ നാവുകൾ
ഉയരട്ടെ കൈക,ളതിർ മാഞ്ഞുപോട്ടെ!

ലംബവും തിരശ്ചീനവും

ലംബമായും തിരശ്ചീനമായും
നാലു വരകളെ ചേർത്തുവച്ച്
നാലാളെക്കാട്ടാനെഴുതിവയ്ക്കും
ഒപ്പമൊപ്പം എന്നുമൊപ്പമൊപ്പം.
ഇന്നൊരാളോടൊപ്പമിന്നലെ വേറൊരാൾ
നാളെയാരോടൊപ്പമാരറിഞ്ഞു!

ഒഴുക്കിനൊപ്പം

ചുമ്മാ ചവിട്ടിപ്പോള
തെറിപ്പിച്ചുത്സാഹിച്ചും
നന്നായ് രസിച്ചും ചേരു–
ന്നീ പ്രവാഹത്തിൽ ഞാനും.

ബഹുമാനം

ചിലരെ കാണുമ്പോൾ എഴുന്നേറ്റു പോകുന്നു.
ചിലരെ കാണുമ്പോൾ എഴുന്നേറ്റുപോകുന്നു.

പ്രമുഖം പ്രശസ്തം

കാണുവാനധികമോഹമാർന്നുചെ-
ന്നാമഹദ്സവിധമഞ്ജലീബദ്ധ-
യായി നിന്നു മനഹാരിയായൊരാ
രൂപമെന്റെ മിഴിയാലെ കണ്ടുഞാൻ.

തെല്ലുയർത്തി പുരികദ്വയങ്ങളാ-
ക്കണ്ണടയ്ക്കുപരി കാൺമതായിതാ
കൂർത്തനോട്ടമതയച്ചു കണ്ണിണക-
ളേറ്റനേരമുൾപ്പൂവിറച്ചുപോയ്!

നാസികോന്നതതലത്തിൽ മേവുമുപ-
നേത്രമൊന്നതിനു രോധമേകുവാ-
നാവുകില്ലധിക ദീപ്തിയാർന്ന മിഴി
സായകങ്ങളെയൊരിക്കലെങ്കിലും.

സൂര്യബിംബസമമാർന്നൊരാനന-
മതിൽ നിറഞ്ഞ നറുപുഞ്ചിരിക്കുനിറ-
വാർന്നിരിപ്പിടമതാകുമാ മധുര
സുന്ദരാധരസുമങ്ങൾ മോഹനം.

കീർത്തിമാനതിവിശാരദൻ പുമാൻ
വ്യാപ്തവിസ്തൃതനഭസ്സിനൊക്കുമാ-
റേറ്റ ഖ്യാതിയതു താങ്ങി നില്ക്കിലും
കാത്തു പാദയുഗളങ്ങൾ മണ്ണിലായ്.

ഏതുനീരൊഴുക്കിന്നുമാഴിത–
ന്നാഴമേകുമിടമെന്നപോലെയാ
സാഗരോപമമനസ്സിലെന്നെയും
സ്വീകരിച്ചുവെന്നോർത്തു ധന്യയായ്.

അധികമങ്ങു കഴിയേണ്ടിവന്നതി–
ല്ലതിനു മുമ്പു ചില ചാടുവാക്കുകൾ
പ്രതിഭ നിന്നു പദസേവ ചെയ്യുമാ
പ്രമുഖരൂപമതിൽ നിന്നുയിർക്കയായ്

വിരസതയ്ക്കു പരിഹാരമാണു പോൽ
വെറുതെ വേണ്ടതിനു പാരിതോഷിക–
പ്പെരുമഴയ്ക്കു വഴിയുണ്ടറിഞ്ഞ വാ–
രരികിലെത്തുമേതോമലാൾകളും!

ഉമ്മയാലരഞ്ഞാണു ചാർത്തിടാം
ചന്ദനം ചേർത്തു മാറുഴിഞ്ഞിടാം
നല്ല മധുവുണ്ണുവാനൊഴുക്കിടാം
നന്മണിച്ചെപ്പു നീ തുറന്നു താ.

കനകമുന്തിരിക്കുലകൾ പൊന്നിന്റെ
വളകൾ ഹാരങ്ങൾ മോതിരങ്ങളും
അതിവിശേഷമധുരങ്ങൾ, വേണ്ടവർ
ക്കുയരെ മേടയിലിരിപ്പിടങ്ങളും

എതുവിധത്തിലെന്നാലതേ വിധി–
ക്കൈതു പടപ്പിനും സാദ്ധ്യമെങ്കിലോ
നിറവെളിച്ചത്ത് പൊതുസമക്ഷത്തു
പരിചയത്തിന്റെ തരിയുമേകൊലാ.

വരൾച്ച

ചെവിയറുത്തവന്റെ മുന്നിൽ
പിഴുതെടുത്ത ഹൃദയത്തിന്റെ
വിലാപകാവ്യങ്ങളൊക്കെയും
വിലയില്ലാത്തതായിത്തീരുന്നു.
ചരിത്രത്തിലിടമുള്ള ചെവിയും
കേട്ടുകേൾവിയില്ലാത്ത ഹൃദയവും.
കഥകളവസാനിക്കുന്നിടത്ത്
ശൂന്യതയുടെ കാട് വളരുന്നു.
വേദനയുടെ വേരുകളെല്ലാം
വെള്ളമന്വേഷിച്ച് അലയുന്നു.
വിയർത്ത പൂമരച്ചില്ലകളെല്ലാം
കാറ്റിനെയോർത്ത് തളരുന്നു.
ലംബമായും തിരശ്ചീനമായും
ശൂന്യതമാത്രം തഴച്ചുവളരുന്നു.

ഒരു കവിതയും കുറേ കവികളും

കവിതയെഴുതേണ്ടതെങ്ങനെയാവണം
കവിത ചൊല്ലേണ്ടതെങ്ങനെയാവണം
കവിതയെഴുതിയാലാരുടേതാവണം
കവികളൊരുമിച്ചകത്തു ചിന്തിക്കവേ

ഇവിടെ മുറ്റത്ത് മാവിൻചുവട്ടിലായ്
അരിയ നാരങ്ങമിഠായി നുണയുമാ-
ച്ചെറിയ കവിയങ്ങ് മേഘങ്ങളിൽനിന്ന്
കവിതകൾ കൈയിലെത്തിച്ചു ചൊല്ലുന്നു.

നിലാവെപ്പോലെ പൊൻവെയിൽ പോലെയും
കണ്ണുനീർപോൽ വിശപ്പുപോൽ വീഴ്ചപോൽ
വേഴ്ചപോൽ വിരഹമെന്നപോലൊക്കെയാ-
ക്കവിതയെല്ലാടവും പടർന്നൊഴുകുന്നു.

(കവി ഏങ്ങണ്ടിയൂർ ചന്ദ്രശേഖരന്റെയൊപ്പം തൃശൂർ സാഹിത്യ അക്കാദമിമുറ്റത്ത് നിന്നപ്പോൾ)

സന്തോഷം

തേടിയെത്താനായി
മാറിനില്ക്കുമ്പോൾ
വേറെയാളോടൊത്ത്
പോകുന്ന കാണാം

കവിതമരുന്ന്

വക്കുപൊട്ടിയ കവിതയുള്ളിൽ
ചക്കിലിട്ടു തിരിച്ചു ഞാൻ.
ഇറ്റു സ്നേഹമിനിക്കുമെങ്കിൽ
തൊട്ടു മുറിവിൽ തേയ്ക്കുവാൻ.

ലം
ബ
വും

തി
ര
ശ്ചീ
ന
വും

ഇങ്ങനെയല്ലായിരുന്നെങ്കിൽ!

നിറമുള്ള നുണയിൽപ്പൊതിഞ്ഞൊളിപ്പിച്ചൊരാൾ
നേരിന്റെ നോവുകളെയാറ്റിയപ്പോൾ

കവിതയെന്നതിനുപേർ ചൊല്ലിവിളിച്ചുകൊ-
ണ്ടതുവഴി പലരും കടന്നുപോയി.

ഹൃദയത്തിലേറ്റ മുറിവെല്ലാമയാൾ വരി-
പ്പാട്ടുകളാക്കിയൊരുക്കിയപ്പോൾ

വേദന പെയ്തുപെയ്താർദ്രമുറഞ്ഞൊരാ
വരികൾ വായിച്ചവർ ചിലർ ചിരിച്ചു.

അന്തരാർത്ഥങ്ങൾ തിരഞ്ഞവർ ചിലരവർ
ചിന്തിച്ചു ചിന്തിച്ചു തലപുകച്ചു.

പിന്നെയും ചിലരുണ്ടു ഭാഷാപ്രയോഗത്തി-
ലെന്തൊക്കെ വീഴ്ചയെന്നോർത്തിരുന്നോർ

ഒരു വരി ഇങ്ങനെയായിരുന്നെങ്കിലെ-
ന്നൊരു സഹൃദയത്വമങ്ങാരായവേ

തരികവേണം വീണ്ടുമവസരമെന്നയാൾ
വെറുതേ ചിരിച്ചു പറഞ്ഞിടുന്നു.

മഞ്ജുവൈഖരി

ഒരുവരിപോയിട്ടൊരക്ഷരംപോലും തി-
രുത്തുവാനാവില്ല, യനുഭവങ്ങൾ

ഇങ്ങനെയല്ലായിരുന്നെങ്കിലൊന്നുമെ-
ന്നങ്ങനെ ചിന്തിച്ചിരുന്നു കവി.

മണ്‍ചിരാത്

ആരൊരാള്‍ തെളിയിച്ചീ-
ക്കൊച്ചുമണ്‍വിളക്കിപ്പോ-
ളീവിധം വിദ്യുദ്ദീപ-
മൊളിചിന്നീടും നേരം!

മണ്‍ചിരാതിരിക്കുന്നൂ
തിണ്ണമേല്‍ സന്ധ്യാനേര-
ത്തെന്താവുമതിന്‍ കിനാ-
വെന്നോര്‍ത്തുപോകുന്നിതാ.

ആചാരമാവാം വൃഥാ
തോന്നലാലാവാ, മാരോ
പ്രീതിയാലാവാമിതി-
ന്നീവിധം തെളിയിച്ചൂ.

ഇത്തിരിവെട്ടത്തിന്നാ-
യാവില്ല തിട്ടം! എന്നാ-
ലച്ചെറുവിളക്കതിന്‍
ധര്‍മ്മത്തെ മറന്നീലാ!

എണ്ണവറ്റാറാ,യെന്നാല്‍
തന്നാലെയാവുംപോലെ
തെളിഞ്ഞുനിന്നീടുന്നു
ചെറുതാമതിന്‍ നാളം.

ചെറുകാറ്റടിച്ചീടിൽ
വിറകൊള്ളുന്നു നാളം
ചെറുതല്ലതിൻ പ്രാണ–
ഭയമെന്നല്ലീ തോന്നീ!

വൈദ്യുതവിളക്കിന്റെ
ചുറ്റിലും പാറിപ്പറ–
ന്നീടുന്നു പ്രാണിക്കൂട്ടം
ആനന്ദനൃത്തോത്സവം!

ചിലതാച്ചിരാതിന്റെ
തിരിവെട്ടത്തിൻ നേർക്കും
കളിമട്ടിലായ് പാറി–
പ്പാറിയെത്തീടുന്നേരം

കരിഞ്ഞുവീണു; കുഞ്ഞു–
നാളമാകിലും അതി–
ന്നകത്തുമെരിയുന്നോ
തളരാപ്പൊരിന്നഗ്നി!

ഇങ്ങനെയോരോന്നോർത്തി–
ട്ടിരിക്കേ ചിരാതിന്റെ
തളരും തിരിനാള–
മതിലായ് മിഴി തങ്ങീ.

പിടയു,ന്നകം പുക–
ഞ്ഞുയരുന്നതാ ധൂമ–
ശകലം, ചിരാതിന്റെ
ചെറുനാളവും കെട്ടു.

അറിഞ്ഞേയില്ലാരാനു–
മിരുളും പരന്നീലാ;
വെളിച്ചക്കാട്ടിൽ മണ്ണിൻ
വിളക്കിൻ മിഴിമൂടുന്നൂ.

അറിഞ്ഞേയില്ലല്ലോ ഈ
വിളക്കിൻ വിഷാദത്തെ
അറിഞ്ഞെന്നാലോ അല്പം
എണ്ണ ഞാൻ പകർന്നേനേ!

സ്വധർമ്മം പുലർത്തീടാൻ
ചിലർ വിസ്മരിക്കുമ്പോ–
ളണയുന്നകാലത്തിൽ
ധരയിൽ വേറെ ചിലർ!

നാദത്തെയുയർത്തുവാൻ
വിരലെത്തീടുംവരെ
വീണയ്ക്കു കാത്തേ പറ്റൂ
വിധിയങ്ങനെയല്ലേ!

വിളക്കിന്നാമോ വിളി–
ച്ചുരികിൽച്ചേർക്കാനെണ്ണ
പകരുന്നൊരാളെയും?
വിധിയങ്ങനെയല്ലേ!

മഴ കാത്ത്

അവഗണനച്ചെളി പുശി–
പ്പരിഹാസച്ചുടുനീരാൽ
അഭിഷേകം ചെയ്തിട്ടും
ചാവാത്തൊരു ചെടിയുണ്ട്.

കായില്ലാ പൂക്കളില്ല–
യിലകളില്ല തണ്ടുമില്ല
ഹൃദയത്തിന്നാഴങ്ങളിൽ
വേരിറക്കി നില്പുണ്ട്.

ആകാശത്തെരുവുകളിൽ
അലയുന്നുണ്ടൊരു മേഘം
കാണാൻ കഴിയാഞ്ഞിട്ടോ
കണ്ടിട്ടും കാണാഞ്ഞോ

ഒരു തുള്ളിത്തേൻകണമായ്
ഒരു നാളിങ്ങെത്തുമ്പോൾ
ഒരു വസന്തമിനിയുമെന്ന്
കനവുകണ്ട് വേരുറങ്ങി

കാറ്റിന്റെ കൈവിരലുകൾ
കോർത്തുപിടിച്ചാ മേഘം
കനിവില്ലാക്കാലത്തിൻ
കടലുകടന്നെങ്ങോപോയ്.

പൂമ്പാറ്റകളുടെ
ചിറകരിയുന്നവർ

ഈ യുദ്ധഭൂമിയിലെ-
നിക്കൊപ്പമുള്ളതോ
കുഞ്ഞുപൂമ്പാറ്റയുടെ
ചിറകരിഞ്ഞോർ!

സ്വന്തവും പരവും തി-
രിച്ചറിഞ്ഞീടാതെ
വാൾപ്പിടിത്തണലിൽ
പതുങ്ങുന്നു ഞാൻ.

ഒരുവന്റെ മാർപിളർ-
ന്നാ വാളുമായ് തിരി-
ഞ്ഞിനിയൊരാൾ വേറെ വാൾ
മുനയിൽ വീണു.

കണ്ണടച്ചിരുളിൽ പ-
തുങ്ങി ഞാനെന്റെ വാൾ
മുനയിൽവിരിയുന്ന പൂ-
ക്കളെ നിനച്ചു.

പൂക്കളുടെയോർമ്മയിൽ വി
ടർന്ന ചിരി മാഞ്ഞതി-
ല്ലതിനുമുമ്പെന്റെ നേർ-
ക്കൊരു തോക്കതോ.

മഞ്ജുവൈഖരി

ഒട്ടിയ വയർ, കീറൽ
തുന്നാത്ത കുപ്പായ—
മഷ്ടിയുടെ നിറമുള്ള
പിഞ്ചുകുഞ്ഞ്!

കുഞ്ഞുവിരൽ കാഞ്ചിയിൽ
മുറുകുന്നതിന്നു മു—
മ്പെന്റെ ചിരി മിഴിനീരിൽ
മായ്ച്ചിടട്ടെ!

തൊട്ടാവാടി

ഒട്ടുതൊട്ടതായ് തോന്നുകില്‍പ്പോലുമീ
മട്ടു പത്രങ്ങള്‍ വാടിത്തളര്‍ന്നുപോം.
ഇത്രപോരുമേ ഞാന്‍ കരഞ്ഞീടുവാന്‍!
ഇതില്‍പ്പാതിവേണ്ടാ ഞാന്‍ ചിരിക്കുവാന്‍!

എന്റെ മേനിയെ നോവിക്കുവോര്‍ക്കതില്‍
എന്തിനിത്രയും മോദം! നിനയ്ക്കുകില്‍.
തട്ടിനോക്കു,ന്നിലകളെപ്പൂട്ടി ഞാന്‍
ഒട്ടൊതുങ്ങവേയുറിച്ചിരിക്കുന്നു.

സര്‍വ്വവും സഹിക്കുന്നോരു ഭൂമിയെ-
പ്പുല്‍കിയേവം വളര്‍ന്നവളാകയാല്‍-
ത്തന്നെയാവാമെനിക്കുമീവാഴ്വെന്നു
തന്നെ ഞാനും നിനച്ചുപോയീടുന്നു.

എന്തുമാവട്ടെയെന്നിലെ എന്നെ ഞാന്‍
വിസ്മരിക്കയി,ല്ലടിപണിയിക്കയി-
ല്ലല്‍പമാനസര്‍ക്കെന്നതു നിര്‍ണ്ണയം!
അല്‍പമല്ലഭിമാനമെന്നുള്ളിലും.

തണ്ടുമിക്കൂര്‍ത്തമുള്‍ക,ളിലകളും
ചെണ്ടിനൊക്കുന്ന പൂക്കളുമുണ്ടെനി-

ക്കൈത്രവാട്ടിയാലും പുനർന്നീർന്നുനി-
ന്നെത്രഭംഗിയിൽ ഞാൻ പുലർന്നീടുന്നു!

എന്റെയുള്ളിലെ ജീവതീർത്ഥത്തെ ഞാ-
നിത്രനന്നായറിയുന്നിതാകയാൽ
എന്നിലെയെന്നെവാട്ടുവാനാരാലു-
മാകയില്ല ഞാൻ തൊട്ടാൽവാടാച്ചെടി!

മുക്തി

രുദിതമിഴിയായ് കവിത മെല്ലെ
നുപുരങ്ങളഴിക്കേ
തടയുവാനരുതാതെയെങ്ങോ
വെറുതെ നില്‌ക്കുകയാണോ

വിജനവഴിയിൽ വിങ്ങുമിരവിൽ
വിരൽ പിടിച്ചവളല്ലേ
സാന്ദ്രമൗനനഭസ്സിലെല്ലാം
ഈണമായവളല്ലേ

ഇടയമുരളിത്തിരുമുറിവുകളി–
ലൊപ്പമുയിരാർന്നില്ലേ...
വ്യഥിതവേനലിൽ ഹർഷമഴയിൽ
കൂടെനിന്നവളല്ലേ...

നനയുമിമകളമർന്ന നേരമൊ–
രശ്രുബിന്ദുവടർന്നോ
കവിളിലൂടൂർന്നൊഴുകിയോ നവ
കാവ്യകന്യയറിഞ്ഞോ

കനകമണിമയനുപുരങ്ങളെ
വീണ്ടുമണിയുകയായോ
കാവ്യനർത്തകി മിഴിതുടച്ചൊ
മുന്നിലണയുകയായോ

ഒ എൻ വി

ത്രൈയക്ഷരീ! തിരുക്കൈരളിക്കക്ഷര-
പ്പൂക്കളാൽ മാല്യങ്ങൾ തീർത്തോരു പുണ്യമേ!
മായാത്ത സൂര്യനാണോർമ്മതൻ വാനിലി-
ക്കേരളീയർക്കങ്ങു കാവ്യപ്രകാശമേ!

മണ്ണിനെ, വിണ്ണിനെ വിശ്വം നിറഞ്ഞോരു
മാനവഭാവതലങ്ങളേയൊക്കെയും
തൊട്ടുതൊട്ടാത്തുലികത്തുമ്പിനാലേയൊ-
രുക്കി ഞങ്ങൾക്കങ്ങു കാവ്യപ്രപഞ്ചത്തെ.

പൊന്നരിവാളിൻതിളക്കത്തിനൊപ്പമാ-
ക്കുഞ്ഞിക്കുയിൽപ്പാട്ടു കേൾപ്പിച്ച വൈഭവം!
കത്തുന്ന സൂര്യനെയേല്ക്കുവാനാക്കൊച്ചു
പുൽക്കൊടിത്തുമ്പിനെയേല്പിച്ച ചാരുത!

മായ്ക്കുവാൻ മറവിയിരുട്ടിൽക്കളയുവാ-
നാമോ, മലയാണമയേറ്റോരീ സൂര്യനെ!
ഞങ്ങൾക്ക് പിന്നിലും മുന്നിലുമൊപ്പവും
എന്നുമുണർത്തുപാട്ടായ് വന്ന ദേവനെ!

വാക്കിൻ ചിറകിലിരുത്തിയീ ഞങ്ങളെ
വാക്കുകൾക്കെത്തുവാനാവാത്തിടങ്ങളിൽ
യാത്രചെയ്യിച്ചോരു പാട്ടുകാരാ, കൈകൾ
കൂപ്പിവണങ്ങുന്നിതാ കാവ്യസൂര്യനെ!

അനുധാവനം

അഴിക്കാനാവുന്നില്ലീ ബന്ധനം ഇല്ലാനുലാ-
ലിതു ഞാൻ താനേതീർത്തതിങ്ങനെ തുടർന്നോട്ടെ?
കാണമതില്ലെനിക്കിപ്പോൾ താരകങ്ങളെക്കണ്ണിൽ
സൂര്യതേജസ്സായങ്ങു സമക്ഷം വിളങ്ങുമ്പോൾ.
തുടരൂ പ്രയാണം അങ്ങൊരുവേളയും തിരി-
ഞ്ഞിവളെ നോക്കീടേണ്ട, തെല്ലുമേ നിന്നീടേണ്ട.
ഇത്തിരിദൂരത്തായിക്കാണമതുണ്ടാപ്പാദങ്ങൾ
തൃപ്തിയാണെനിക്കവ ദൃശ്യമാവുകിൽത്തന്നെ.
സ്നിഗ്ദ്ധതയേറും പാദധൂളികളെൻ മൂർദ്ധാവിൽ
മുഗ്ദ്ധയായ് ചാർത്തും ഞാനാ പാത പിന്തുടർന്നീടും.
എന്തിനായെന്നാരാനും എന്നോടുചോദിച്ചെന്നാ-
ലില്ലയുത്തരം നല്കാനിന്നെന്റെയുള്ളിൽ നൂനം!
ഒന്നുമാത്രമുണ്ടെന്റെയന്തരാത്മാവോതുന്നു
ചെല്ലുക തുടർന്നും നീയാ മഹദ്പാദങ്ങളെ.
ചിന്തയിൽപ്പോലും വേണ്ട സന്ദേഹമീയുള്ളോളെ-
ക്കണ്ണാലെ നോക്കീടേണ്ട മന്ദമാക്കേണ്ട യാനം.
നേട്ടങ്ങളൊന്നും തന്നെ നോട്ടമില്ലിവൾക്കിമ്മ-
ട്ടാരാധനാമോദത്താൽ ഫുല്ലമാം മനസ്സെന്യേ.

സ്വർണ്ണമത്സ്യം

സ്വർണ്ണമത്സ്യമേ ചില്ലുപാത്രത്തിൽ
നിന്നെയിട്ടതാരാണോ!

ചില്ലുടഞ്ഞു ചിതറുന്ന കാലത്തെ
നിന്നെ നീയോർത്തുവെങ്കിൽ!

ശീലമാം കുളിർനീരിനായ് പിട-
ഞ്ഞാർത്തിയോടെ നീ നീങ്ങും.

പ്രീതിയാലെ കനിവാർന്നപോലെയും
നീർനിറച്ചു വന്നേക്കാം

കൂടുകൾ! ചില്ലുകൂടുകൾ! വീണ്ടു-
മായവയ്ക്കു നീ വീഴാം.

ഇല്ലയെങ്കിലകലത്തു കാണുമേ
നീർ നിറഞ്ഞ പുഞ്ചോല.

ആക്കുളിർച്ചോല നിന്റെ സ്വന്തമാ-
ണാരറിഞ്ഞിടാത്തുള്ളൂ.

അങ്ങു ചെന്നുചേരുന്നിടംവരെ-
ത്തുള്ളി നീ പിടഞ്ഞേക്കാം.

നിന്റെ ലോകത്ത് പിന്നെ നീയായി
സ്വർണ്ണമത്സ്യമേ വാഴാം.

ഉള്ള നീറ്റിലെത്തന്ന തീറ്റിയിൽ
നന്ദി കാട്ടി വാഴുമ്പോൾ

ഇല്ല നീയൊന്നുമോർക്കുകില്ല, ഞാ–
നുള്ളനേരത്തു പോകാം.

വില

ചി**റ**കാർന്ന തുമ്പികൾ പോലെയാക്കടലിന്റെ
തിരകളിൽ പാറിക്കളിക്കുമ്പൊഴും
അനിയത്തിയെ വിട്ടുമാറിയില്ലായേട്ട-
നവനവൾക്കച്ഛനാണമ്മയാണ്.

മതവൈരികൾ തമ്മിൽ വെറിപൂണ്ടെറിഞ്ഞ തീ-
യുരുളകൾ തുറയിലെപ്പുരകളെല്ലാം
കലിപൂണ്ടു നക്കിത്തുടച്ചു കൂട്ടത്തിലാ-
ച്ചെറുബാലരവരുടെ കൊച്ചുവീടും.

അതിനകത്തച്ഛനും അമ്മയും എരിയുമ്പൊ-
ളവരാക്കടപ്പുറത്തായിരുന്നു.
നനമണൽ കുഞ്ഞിളംകൈയാലെ പൊത്തിവ-
ച്ചവർ വീട് മെനയുകയായിരുന്നു.

അരുണാചലത്തിന്റെ കുതിരപ്പുറത്തേറി-
യൊരു വിദേശിപ്പെണ്ണു പാണ്ടുപോകെ
ഞൊടിയിടയിലിന്നിതാ ഒരു കുഞ്ഞു മണൽവീട്
കുതിരക്കുളമ്പാൽ തകർന്നുവീണു.

അതുകണ്ട് ചിരി പൂത്തുലഞ്ഞ പൂച്ചെടികളാ-
യൊരു പറ്റമവരാർപ്പുവിളിയുയർത്തി
തിരകളിൽ തങ്ങളിൽ കെട്ടിമറിഞ്ഞവർ
തെളിയുമുല്ലാസക്കുരുന്നുപൂക്കൾ.

കദനം കടുപ്പം കുറഞ്ഞ ചായത്തിനാൽ
ചിരി വരച്ചാ രണ്ടു കുഞ്ഞുങ്ങളിൽ
അവരുടെ നെറുകയിൽ അന്തിസൂര്യൻ തന്റെ
കരുണാർദ്രവിരലുകൾ തൊട്ടുഴിഞ്ഞു.

അനിയത്തിയെ കൈപിടിച്ചുകൊണ്ടാ ബാല-
നവിടെനിന്നാലയം പൂകുവാനായ്
നടകൊള്ളുവാൻ തിടുക്കത്തിലാണപ്പൊഴെ-
ന്തനിയത്തിയവിടെ മടിച്ചു നിന്നു!

നിരനിരയായ് നിറം നിറയും കളിപ്പാട്ട-
മൊരുപാട് മണലിൽ നിരത്തിവച്ചും
ഫലിതം പറഞ്ഞുകൊണ്ടാളെയടുപ്പിച്ചു-
മിരുവർ വ്യാപാരിമാരങ്ങിരിപ്പൂ

പലതരം പീപ്പികൾ, പന്തുകൾ, പാവകൾ
പലനിറ ബലൂണുകൾ ചെറുവണ്ടികൾ
ചെറുതല്ലയിത്തിരി വലിയതാ ശേഖരം
കമനീയമതു മിഴികൾ കവരുന്നിടം

"അതു മതി, ഇതു മതി, അതുവേണ്ടയിതു തരൂ"
പല മനസ്സുകളങ്ങു ചുറ്റിനിന്നു
അവിടേക്കുതന്നെയാണനിയത്തിയേട്ടനെ
പതിയെ വലിച്ചടുപ്പിച്ചിടുന്നു.

ഏട്ടനാണെങ്കിലും ചെറുബാലനവനുമാ
കൂട്ടത്തിലെത്തുവാൻ കുതുകിയായി
കുഞ്ഞനിയത്തിക്കു കൂട്ടെന്നപോലെയാ
ഭംഗിയിലേക്കവെൻ ചെന്നണഞ്ഞു.

"ഏതുവേണം?" കളിക്കോപ്പു വില്ക്കുന്നയാൾ
സാമോദമവരെയും ഗൗനിക്കയായ്.
കളിവീട് ചൂണ്ടിപ്പറഞ്ഞു പെൺകു"ഞ്ഞെനി-
ക്കിതു മതിയേട്ടാ, ഇതെന്തു ഭംഗി!"

മഴവില്ലു ചായം പുരട്ടീതുപോലുള്ള
കളിവീട് കൈയിൽ പിടിച്ചുനിന്നാൾ
അനിയത്തിയവളുടെ കുഞ്ഞുമുഖത്തപ്പൊ-
ളൊരു പുതിയ പനിനീരലർ വിരിഞ്ഞു.

പോക്കറ്റു തപ്പുന്നു പണമെടുക്കാനവൻ
പരതുകയാവണം; തെല്ലുനേരം

അതികൗതുകം പൂണ്ടു നോക്കി നിന്നു, പിന്നെ–
യപരരിലേക്കു വ്യാപാരി ചെന്നു.

അവിടെത്തിരക്കിന്റെ കനമൊട്ടു കുറയവേ
തിരികെയാ ബാലരിൽ ദൃഷ്ടിയെത്തി
ചെറുമുഷ്ടിയിൽ കുറേ ചിപ്പികൾ നീട്ടിയാ
ചെറിയ ജ്യേഷ്ഠൻ നിന്ന നില്പു കണ്ടു

ചെറുകളിവീടിന്റെ വിലയായവൻ നല്കി
ഒരുപിടിച്ചിപ്പികൾ സാഭിമാനം
തലതാഴ്ത്തി ആഴിയിൽ മറയാൻ പുറപ്പെട്ടൊ–
രരുണദേവൻ തെല്ലു നോക്കിനിന്നോ?!

ഗൗരവം ഭാവിച്ചിരുന്നെണ്ണി വ്യാപാരി
ചിപ്പികൾ കുഞ്ഞുങ്ങൾ നോക്കിനില്ക്കേ
പന്ത്രണ്ടു ചിപ്പികളെടുത്തയാൾ, പറയുന്നു:
"മതി, ബാക്കി നാലെണ്ണമുണ്ടെടുത്തോ."

എണ്ണി വാങ്ങി ബാക്കി നാലു ചെറുചിപ്പികൾ
പോക്കറ്റിലാക്കീട്ടവൻ പറഞ്ഞു:
"അമ്മൂമ്മ പണികഴിഞ്ഞെത്തിയിട്ടുണ്ടാവു–
മനിയത്തി, വേഗം നടന്നുകൊള്ളൂ."

അവളുടെ കൈയും പിടിച്ചുകൊണ്ടാക്കട–
പ്പുറവും കടന്നവൻ നടകൊള്ളവേ
അതിയായ സ്നേഹം തുളുമ്പുന്ന ഹൃദയമായ്
അരുണനാക്കടലിലേക്കലിയുകയായ്.

"ഇതു നല്ല പണിതന്നെ! ഇങ്ങനെയാവുകിൽ
കട പൂട്ടുമധികവും വൈകിടാതെ
പണമല്ല; ചിപ്പിയും പൂഴിയും കല്ലുമായ്
വരുമിനിയുമിതുപോലെ പലരുമണ്ണാ.

ചിരി കിലുങ്ങീ സന്ധ്യ തഴുകുന്ന തീരത്ത്
ചിരിയൊതുങ്ങുമ്പോളയാൾ പറഞ്ഞു:
"ചെറിയ കുഞ്ഞവനെന്തു ഭേദമാച്ചിപ്പിയും
നാണയത്തുട്ടുമായ്, ചിന്തിക്കുകിൽ?

പണവുമാച്ചിപ്പിയും തമ്മിലായ് വേർതിരി–
ച്ചറിയട്ടെയവിടം വരേക്കെത്തിടാൻ
വളരുവാനവനിറ്റു ദയ വേണമിപ്പൊഴീ–
യവനിയിൽ കരിയാതെയൊന്നു നില്ക്കാൻ.

ആ ഇലയും മായ്ക്കുക

നേരമുള്ളപ്പോൾ നീയെൻ
ജാലകച്ചില്ലിൽനിന്നും
മായ്ച്ചേക്കു മായാജാല-
ക്കാഴ്ചകൾ നിറക്കൂട്ടും.
വേറെയിങ്ങില്ലാത്തോണം
പൊഴിഞ്ഞു പത്രങ്ങൾ, നിൻ
പ്രേമാനുഭാവത്താലേ
വിരിഞ്ഞോരില മാത്രം
ബാക്കിയായി, പടർവള്ളി
വേരോടെയുണങ്ങിയെ-
ന്നറിഞ്ഞേയില്ലെന്നെത്ര
നാൾകൾ ഞാൻ നടിച്ചീടും!
നന്ദിയുണ്ടെല്ലാക്കാലം,
തൊട്ടുതന്നല്ലോ ചായ-
ത്തുള്ളിയെൻ സ്വപ്നങ്ങൾക്കും
തെല്ലു സൗഭാഗ്യം പോലെ.

കവിതയുടെ *വീട്

പച്ചക്കവാടത്തിനപ്പുറത്ത്
ചിത്രശലഭങ്ങളുടെ ദേശം

നിശ്ശബ്ദത സംഗീതമൂട്ടുന്ന
കവിത വാഴുന്ന ഒരു വീട്

നനുത്ത വെൺമേഘങ്ങൾ
വിരിയിട്ട മുറിവാതിലുകൾ

കണ്ണെഴുതി പൊട്ടുതൊട്ട്
അതിസുന്ദരിയായ കവിത

കാൽചിലങ്കകളണിഞ്ഞ
സ്വപ്നമാടുന്നൊരു കവിത

തൊട്ടുനില്ക്കുന്ന ഹൃദയം
പുഷ്പമാക്കുന്ന കവിത

---

* കവയിത്രി ഇ സന്ധ്യയുടെ വീട് സന്ദർശിച്ചപ്പോൾ

കുടിയിറക്കപ്പെടുമ്പോൾ

കുടിയിറക്കപ്പെട്ടവളാണ്;
കബളിപ്പിക്കപ്പെട്ടവളും.

എന്റേതായിരുന്ന തോട്ടത്തിൽ
തുടിക്കുന്നൊരു പൂവുണ്ടല്ലോ

ഇറുത്തെടുക്കാനെത്തുന്ന
വിരലുകളിനി കാണേണ്ടല്ലോ

അരുതേയെന്നു പിടയ്ക്കാൻ
ഹൃദയവുമിനി വേണ്ടെന്നല്ലോ

ഇതാരുടെ സ്വാതന്ത്ര്യമാണ്?
ഇതാരുടെ ആനന്ദമാണ്?

ഇതിനെന്തു കയ്പുരസമാണ്
ഇതിനിയെന്ന് മധുരിക്കാനാണ്

ഞാനറിയുന്ന പൂവ്

നീയൊരു പാവം പൂവാണെന്ന്
എനിക്കറിയില്ലെന്നാണോ

കാറ്റിന്റെ രഹസ്യങ്ങളൊക്കെ
തലയാട്ടി നിന്ന് കേൾക്കുന്നു

മഴയുടെ മിഴിനീരുകൊണ്ട്
നെഞ്ചോരം നനയ്ക്കുന്നു

ശലഭക്കുഞ്ഞിന്റെ ചുണ്ടിൽ
തേൻതുള്ളി തെറിപ്പിക്കുന്നു

ചിന്തകളുടെ വേരുകളാഴ്ത്തി
മണ്ണിൽ ജലരാശി തിരയുന്നു

ഇലകളുടെ കിനാവുകളിൽ
തുടിപ്പുകൾ നിറയ്ക്കുന്നു

വർണ്ണസൗരഭങ്ങൾകൊണ്ട്
സർഗ്ഗസൃഷ്ടികൾ തീർക്കുന്നു

പാടാൻ വയ്യ നിനക്ക്; പറയാനും
പൂവേ, നീ കവിതകളാവുന്നു

ഞാനവയിൽ വരികളാവുന്നു
ഞാൻ നിന്റെ വരകളുമാവുന്നു.

കണ്ണട

നീയെന്നെ കാണാറില്ലെന്നേയുള്ളു
നീ കാണുന്നതൊക്കെ ഞാനും കാണുന്നു.

പകലിരവുകൾ
ഒളിച്ചുകളിക്കുന്നത്

കടൽനുര ഒരു
ചിപ്പിയെ പെറുന്നത്

കുഞ്ഞിപ്പൂവ്
കാറ്റിനോട് കുഴയുന്നത്

തിണ്ണയിലൂടെ
കമ്പിളിപ്പുഴു ഇഴഞ്ഞുവരുന്നത്

ഇരയത്തെ ശീതൽജലം
വെയിൽ നക്കിയുണക്കുന്നത്

ഉറക്കത്തിന്റെ നൂലിഴകളായി
പുസ്തകവരികൾ വേഷം മാറുന്നത്

എല്ലാം ഞാനും കാണുന്നുണ്ട്.

ഇനിയും വീഴാത്ത ഇലകൾ

തളിരോ തളർന്നു താഴത്തുവീഴാറായ
പടുപാഴ്മരത്തിന്റെയിലകളാണോ
അറിയില്ലയെങ്കിലും പിരിയാതെയത്രമേൽ
ഹൃദയം കൊരുത്തപോൽ നില്ക്കുന്നവർ
അവരെപ്പുണർന്നതേതലിവിൻ വെളിച്ചമാ-
ണതു നമ്മളേയും പുണർന്നുവെങ്കിൽ

നിത്യതയുടെ പാരിജാതം

നീലാംബരിയിതളുകളാൽ
ഇന്നലത്തെ രാത്രിയിൽ
ഉത്തരീയമായതാരാണ്?

മുറിവുണങ്ങിയ നെറ്റിയിൽ
വിരൽത്തുമ്പിൽ തൊട്ടെടുത്ത
ചുംബനമായതാരാണ്?

പുലരിയെത്തുന്നതുവരെ
രാത്രിയുടെ ഉപവനത്തിൽ
കൂട്ടായിരുന്നതാരാണ്?

ഉണരുന്നതിനും മുമ്പേ
ആളുകളെത്തും മുമ്പേ
മടങ്ങിപ്പോന്നതാരാണ്?

ഉപേക്ഷിച്ചുപോരാൻ മാത്രം
അടയാളങ്ങളില്ലാത്തയാളെ
ആരെങ്ങനെ അറിയാനാണ്?

എങ്കിലും എന്തോ അവിടെ
നഷ്ടപ്പെട്ടുപോയിരിക്കുന്നു;
എന്തായിരുന്നിരിക്കുമത്?

മഞ്ജുവൈഖരി

പേരറിയാത്തൊരീ പുഷ്പം
നഷ്ടപ്പെട്ടുപോയതിനു പകരം
മുളച്ചു വന്നതായിരിക്കുമോ?

പേരറിയാത്ത പുഷ്പമേ
പാട്ടുപാടുന്ന പുഷ്പമേ
വേദന മാത്രമാണോ രാഗം

എങ്കിലും പാടിക്കൊള്ളുക
പാടിക്കൊണ്ടേയിരിക്കുക
അവസാന കണികയോളം

നിന്റെ പാട്ടിലുയിർക്കുന്നു
സ്വപ്നങ്ങളുടെ വൃന്ദവാദ്യം
നിത്യതയുടെ പാരിജാതം.

മോചനം

പ്രിയാ, എനിക്ക് നിന്റെ
മണ്ണിഷ്ടിക പാകിയ മച്ചിൽ
കുടിയിരിക്കാനാവില്ല

സ്വസ്ഥമായിരിക്കുന്നതിന്
എന്റെയീ ചിറകുകളെന്നെ
അനുവദിക്കുകയില്ലല്ലോ

പറന്നുചെല്ലാം നമുക്കാ
ഭ്രാന്തൻ വാണരുളുന്ന
കുന്നിൻമുകളിലേക്ക്

തമ്മിൽ പുണർന്നു വീഴാം,
കഥയറിയുന്ന ഭ്രാന്തൻ
കൈകൊട്ടിച്ചിരിക്കട്ടെ

സന്ദേഹത്തിന്റെ മന്തുകാൽ
കുതൂഹലങ്ങളുടെ വെയിലിൽ
ആശ്വാസം കൊള്ളട്ടെ

നമുക്കാ തുമ്പികളാവാം പ്രിയാ
അവയുടെ ചിറകനക്കങ്ങളിൽ
ലോകം നടുങ്ങിവിറയ്ക്കട്ടെ

അന്തിക്കവി

കാട്ടിലേതോ പക്ഷി മാമരച്ചില്ലയിൽ
കൂട്ടുപോയിക്കരഞ്ഞങ്ങിരിപ്പൂ.

സല്ലപിച്ചോരവർ പാരം രസങ്ങളെ
പങ്കുവെച്ചോരാണിണക്കിളികൾ.

തമ്മിലൊട്ടും പ്രാണനെന്നപോൽ തങ്ങളിൽ
ചുണ്ടുരുമ്മിച്ചേർന്നിരുന്നോരവർ.

വേനലുഗ്രം വാണുണങ്ങിയ പാതയിൽ
കാതോർത്തുനില്ക്കയാണന്തിക്കവി.

കാലമാണോ വിധികല്പമാണോ ക്രൂര–
ബാണമാണോയിതു ചെയ്തതാവോ!

"മാ നിഷാദ" എന്നൊരോർമ്മച്ചുമരിലെ
പായൽ മൂടിപ്പോയ കാവ്യഭാഗം

മങ്ങിയ വർണ്ണാക്ഷരങ്ങളായ് കണ്ടുപോയ്
കണ്ണീർ നിറഞ്ഞു കവിക്കു നെഞ്ചിൽ.

ചത്തൊരു പക്ഷിയെ ഭാണ്ഡത്തിലാക്കിയി–
ട്ടസ്ത്രമയയ്ക്കുന്നടുത്തതിന്നായ്

അല്പദൂരത്തൊരു വേടൻ, മഹാകവി
തൽക്ഷണം മന്ത്രിച്ചുപോയി "രാമൻ!."

ശില്പമന്ദിരം

സൂര്യനെന്നെ തലയ്ക്കു മേടി
ഉണർത്താൻ ശ്രമിക്കാറുണ്ട്.
വഴികളിലൂടെയെല്ലാം കടന്നുവന്ന്
കാറ്റ് ചൂളംകുത്തി പരിഹസിക്കാറുണ്ട്.
മഴയെന്നിലേക്ക് ഓർമ്മകളെ
കോരിച്ചൊരിഞ്ഞു പെയ്യാറുണ്ട്.
സംഗീതമോ ചിലമ്പൊലികളോ
എന്റെയോർമ്മകളിൽ ഇപ്പോഴില്ല.
മന്ത്രധ്വനികളും പുണ്യസ്മരണകളും
എന്നിലിപ്പോൾ ഇരമ്പുന്നതേയില്ല.
ബൗദ്ധിക വരേണ്യ ചിന്തകളൊന്നും
എന്റെ തലയിലിപ്പോൾ തെളിയുന്നില്ല.
ഉത്തരവുകളും ചോരപുരണ്ട വാളുകളും
എന്നെയിപ്പോൾ പ്രകോപിപ്പിക്കാറില്ല.
സന്ദർശകരുടെ കൗതുകക്കണ്ണുകളിലേക്ക്
നിസ്സംഗതയോടെ നോക്കിനില്ക്കാറുണ്ട്.
ചിലരുടെ കണ്ണുകളിൽ മാത്രം ഞാൻ
തീക്കനലുകൾ തിരിച്ചറിയാറുണ്ട്.
എന്റെയാത്മാവിനെ തൊട്ടറിയാനവർ
കല്ച്ചുമരുകളിൽ വിരൽ തൊടുമ്പോൾ
ഇരുട്ടിന്റെ പട്ടിൽ പൊതിഞ്ഞു സൂക്ഷിച്ച
വിയർപ്പുതുള്ളികൾ മുഷ്ടി ചുരുട്ടാറുണ്ട്.
ഒരൊറ്റയിടിനാദം കണക്കാ തുള്ളികൾ

മഞ്ജുവൈഖരി

എന്റെ നെഞ്ചിനകത്തിരുന്ന് വിളിക്കും
തൊഴിലാളി ഐക്യം സിന്ദാബാദ്!
അപ്പോൾ മാത്രം ഹൃദയമുണ്ടാവാറുണ്ട്
പുളകംപുതച്ചൊരു ശില്പമന്ദിരമാവാറുണ്ട്.

ഒരു പൂവിന്റെ മരണം

സ്നിഗ്ധസുന്ദര സുസ്മിതേ
സുമകുലോത്തമ സൗഭഗേ
ചിത്രശലഭക്കനവുകൾ
തൊട്ടെടുത്ത വിശാരദേ

പട്ടു തോല്ക്കുമിതൾകളിൽ
എത്ര സൂര്യസുബിന്ദുവാൽ
ചിത്രചാരുത തീർത്തുപോൽ
ഇത്രമേൽ ജഗദീശ്വരൻ

ചെന്നിറത്തിൽ ചേലണി-
ഞ്ഞീ വനാന്തരവീഥിയിൽ
നിന്നിടുന്ന മനോഹരീ
നിന്നിൽ ഞാനലിയുന്നിതാ

ആ സുധാമൃതമുണ്ണുവാ-
നേറെ മോദമിയന്നതാ
പീതവർണ്ണപതംഗമൊ-
ന്നാഞ്ഞു പുല്കിയണയ്ക്കുവാൻ

പ്രേമവിവശിത മാനസൻ
പ്രാണിയാ മലർമാറിലായ്
പാറിവീണു പൊടുന്നനേ
ഭീതിതാന്തഃപ്രാണനായ്

മഞ്ജുവൈഖരി

മാറി ഞെട്ടിയകന്നതാ
പീതഭംഗി നിറഞ്ഞൊരാ
പേലവോപമ പക്ഷമോ
ശോണിതാദിഗ്ദ്ധങ്ങളായ്

എന്ത്! ചോരയിൽ മുങ്ങിയോ
ചെന്നിറം നിറയുന്നു? നീ
ചൊല്ലു പൂവേ എന്തിതിൻ
ഗൂഢമാം പരമാർത്ഥത?

കൊച്ചുകുതിരയ്ക്കേകുവാൻ
പട്ടിളം പുൽ തേടിയും
പാടിയും കളിയാടിയും
ചേലിയന്നൊരു ബാലിക

എത്തുമവളുടെ വിരലുകൾ
തൊട്ടുനോക്കും ഞങ്ങളെ
വേദനിപ്പിക്കാനവൾ–
ക്കാവുകില്ലൊരു പൂവിനെ

ഇന്ദ്രനീലക്കല്ലു പോൽ
മിന്നിടും മിഴികൾ വിടർ–
ന്നേതുനേരവുമൂഴിയിൽ
പ്രീതിയാർന്നു ചരിച്ചവൾ

പിഞ്ചിളം മേനിക്കു മേൽ
പെയ്തു മതവിഷവർഷമാ–
ക്കുഞ്ഞുപൂവിനുമേൽ ചിലർ
കാമകേളികളാടിപോൽ!

ചത്തുപോയവളപ്പൊഴും
നീചകേളികളാടിയോർ
തച്ചു കുഞ്ഞിത്തല തകർ–
ത്തത്രെ പാറക്കല്ലിനാൽ

കോവിലിൽ കല്പടികളിൽ
വീണരഞ്ഞു ഞെരിഞ്ഞവൾ
പ്രാണനായ് പിടയുമ്പൊഴും
മൂകസാക്ഷികൾ ഞങ്ങളായ്

തെല്ലു കനിവാർന്നില്ലയാ–
ക്കോവിലിൽ പെരുമാളതിൻ
പാദപൂജയിൽ ഞങ്ങളും
ചെന്നു ചേരാനുള്ളവർ

പൂവിനെപ്പൂവെന്ന പോൽ
നോക്കിനിന്നു ചിരിക്കുമാ–
പ്പാവമെൻ ഗ്രീഷ്മങ്ങളിൽ
നീർ പകർന്നവളല്ലയോ

നെഞ്ചു പൊട്ടിപ്പോവുമാ–
ക്കുഞ്ഞു നിലവിളി മായുകി–
ല്ലെന്റെയുള്ളിൽ നിന്നു ഞാൻ
മണ്ണിൽ വീണടിയുമ്പൊഴും

പിഞ്ചുചോര തെറിച്ചുവീ–
ണിവ്വിധം നിറമാർന്നതാ–
ണെന്തു പാപം ചെയ്തുവോ
ഞങ്ങൾ പൂവുകളല്ലയോ

എന്തിനിങ്ങനെയീവിധം
നിന്നുപോവണ, മില്ല ഞാ–
നില്ല; ചൊല്ലീ പൂവടർ–
ന്നിറ്റുവീണൊരു തുള്ളിപോൽ.

തിരവിരൽ സ്പർശങ്ങൾ

പൊട്ടിച്ചിരിച്ചോടിയെത്തുമ്പോൾ
കാൽവിരലുകളിൽ തൊട്ടുതൊട്ട്
മെല്ലെമെല്ലെ ഇക്കിളിയാക്കുമ്പോൾ
മണലിലെഴുതിയ കുറിപ്പുകളൊക്കെ
കുസൃതി പൂണ്ട് മായ്ക്കുമ്പോൾ
ചാപല്യമെന്ന് ചിരിച്ചുകളയുന്നോ
നിങ്ങളോടു മാത്രം പറയുവാൻ
നൂറായിരം കാര്യങ്ങളുള്ളവളുടെ
വിരൽസ്പർശങ്ങളായിരിക്കുമവ
ജലബിന്ദുക്കളായ് വന്നുതൊട്ടവ.
ചെറുതിരകളെ അറിയണമെങ്കിൽ
തെല്ലൊന്നു തിരിഞ്ഞുനോക്കിയാലും
വലിയ രഹസ്യം പോലെ കാണാം
വിതുമ്പിനില്ക്കുന്നൊരു പെരുങ്കടൽ!

അമ്മയറിയുന്നു

അലർച്ചയുടെ അങ്ങേയറ്റത്ത്
ഒരു കുഞ്ഞിക്കരച്ചിലായിരുന്നു നീ.
കുരുന്നുമുഷ്ടിയിൽ നീയെന്നെയന്ന്
സ്വന്തമാക്കി വച്ചുവല്ലോ, മഹാദാനീ!
ഞെട്ടറുത്ത് സ്വതന്ത്രനായ നീയിപ്പോൾ
നിസ്വനായി നടുങ്ങുന്നുവെന്നാണോ
നരച്ചുപോയ നിന്റെ കാഴ്ചയ്ക്കുമേൽ
വരണ്ട കൈപ്പടം മറയ്ക്കുന്നുണ്ടല്ലോ.
എനിക്കുമാത്രം വെളിപ്പെട്ടുപോകുന്നു
മുലക്കണ്ണു തേടുന്ന നനുത്ത ചുണ്ടുകൾ
നിന്റെ ചുരുട്ടിയ മുഷ്ടികളെ ഞാൻ
എന്റെ ചുംബനങ്ങളാൽ പൊതിയുന്നു
മുലചുരന്ന് മനമഴിഞ്ഞ് അമ്മയാവുന്നു.

ഏകാകികത

ഒരു പഴഞ്ചൻ വീടാണ് ഞാൻ
മങ്ങിയ ചായങ്ങളണിഞ്ഞ വീട്
പൊടിയും മാറാലയും തുടയ്ക്കാൻ
നെടുവീർപ്പിന്റെ അനക്കംപോലുമില്ല
നിന്റെ ഇന്നലെകളുടെ ഇളകിയാടുന്ന
ചുണ്ണാമ്പുകല്ലിൽ ചവിട്ടിനിന്നുകൊണ്ട്
നീയെന്തിനാണെന്റെ ജാലകത്തിലൂടെ
സന്ദേഹിയായെത്തിനോക്കുന്നത്?
അപൂർണ്ണമായ കാഴ്ചകളിൽ
അതൃപ്തനായി മടങ്ങിപ്പോവുന്നത്
എന്നെയുപേക്ഷിച്ചുപോയവരെ
ഞാൻ തടയാൻ തുനിഞ്ഞിട്ടില്ല
അവരുടെ ചുവടുകളകന്നകന്ന്
കവാടം കടന്നു മറയുമ്പോൾ
എന്റെ ചുവരുകളിൽ ഞാനവർക്ക്
യാത്രാമംഗളമെഴുതിവയ്ക്കുന്നു
ഒരു സിത്താറിന്റെ തേങ്ങലുയരുന്നു
ഞാനേകാകികതയുടെ സംഗീതം
കേട്ടുകൊണ്ടുറങ്ങാതിരിക്കുന്നു.

എന്റെ ശബ്ദം

അഴുകിയ തലച്ചോറുകൾ പേറിയൊരുകടൽ
അലറിക്കുതിച്ചു പാഞ്ഞെത്തിടുന്നു.
ഘനമൗനഭയശിലാപാളികൾ മുങ്ങുന്നു
പ്രളയക്കൊടുങ്കാറ്റുയർന്നിടുന്നു.
കാരാഗൃഹത്തിൽക്കഴുത്തറുത്തവരെന്നെ
വേട്ടനായ്ക്കൾക്കായ് കൊടുത്തിരിക്കാം.
കൂർത്ത കൽമുനകളാൽത്തീർത്തിരിക്കാമെന്നെ
എരിമണൽക്കുഴിയിൽ മറച്ചിരിക്കാം.
നഗ്നമേനിക്കുമേൽ മുൾക്കിരീടം ചാർത്തി
ഒറ്റുകാരാൽ ഞാൻ മരിച്ചിരിക്കാം.
എന്നേക്കു മുന്നെയും എന്നോടുകൂടെയു-
മെനിക്കു ശേഷം കാലമുള്ളോളവും
തള്ളിക്കളഞ്ഞവർ, തോറ്റുപോയോർ, മാറി
മൗനവാല്മീകത്തിൽ മാഞ്ഞുപോയോർ
അവരുടയശബ്ദത്തിനൊപ്പമെൻ ശബ്ദവും
ചേർത്തുവയ്ക്കുന്നു ഞാൻ മുഗ്ദ്ധമൂകം.
എല്ലാം വിഴുങ്ങിയെന്നൂറ്റമാർന്നാവിഷ-
ച്ചേർക്കടൽ പുലയുന്ന നാളിലെങ്ങാൻ
ഒരു പ്രാണനെങ്കിലും വേറിട്ട ഗീതത്തി-
നൊരു തുടിപ്പാലേ കൊതിച്ചുവെന്നാൽ
അതിനു കേൾക്കാൻ മാത്രമെരു ഗീതമാകുവാൻ
എന്റെയീ ശബ്ദവും നല്കുന്നു ഞാൻ
പരനു സംഗീതമായ് മാറീടുവാൻ പ്രാണ
വായുവെച്ചേർത്തൊരുക്കുന്ന ശബ്ദം
ഇവിടെയുണ്ടായിരുന്നെന്നതിന്നോർക്കുവാൻ
എന്റെയീ ശബ്ദവും നല്കുന്നു ഞാൻ.

ഉരലും മദ്ദളവും

ഉലയാത്ത സഹനത്തിനുരകല്ലി,തുരലാണി–
തുടയാത്ത ഘനമൗനമുടലാർന്നവൾ!

ഇരുപുറവുമടിയേറ്റു പുളയുന്ന മദ്ദളം
പാവമവ,നുരലിന്റെ കൂട്ടുകാരൻ!

ഉരലിന്റെ സങ്കടം മദ്ദളത്തോടെന്ന്
പരിഹാസശരമെയ്തു പാരിലുള്ളോർ.

സമദുഃഖിതർ തമ്മിലിതുപോലെയുണ്ടാവു–
മിനിയൊരാളറിയാത്ത പ്രിയരഹസ്യം!

മണ്ണാങ്കട്ടയും കരിയിലയും

കാറ്റടിക്കാതെ കാത്തോളണേ! കേഴുന്നു
മൺകട്ട, കരിയിലയ്ക്കുറ്റ തോഴൻ!

പേമാരി പെയ്യാതെ കാക്കണേ! കരയുന്നു
കരിയില, മണ്ണുരുളയ്ക്കു തോഴി!

കാറ്റിനോടൊത്തു ചേർന്നെത്തി പേമാരിയാ–
ക്കൂട്ടുകാരെക്കണ്ണുനീരിലാഴ്ത്താൻ!

വെളിച്ചപ്പൂക്കൾ കൊഴിയുമ്പോൾ

കരയാൻ മറന്നന്നു കാറ്റുപോലും
കദനഭാരത്തോടെ തെല്ലുനിന്നു
ഞെട്ടറ്റ പൂവാകുമവളെ നോക്കി
ഞെട്ടിയാ സൂര്യനും നിന്നുപോയി.

ഇത്തിരിപ്പൂവിന്റെ നേരെനോക്കാൻ
കെല്പൊട്ടുമില്ലാത്ത നീചരല്ലേ
വെടിയുണ്ട പായിച്ചു പാഞ്ഞിടുന്നു
പൂവതിൽ തീരുമെന്നോർത്തിടുന്നു.

അവൾ വെറും പൂവല്ല പൂർണ്ണമായോ
രാശയത്തിൻ കരുത്താണതെങ്ങാൻ
തീർക്കുവാനാകുമോ തീയുണ്ടയാൽ?
തീപോൽ പടർന്നങ്ങതുജ്ജ്വലിക്കും.

ആയിരമായിരം ബോധങ്ങളിൽ
ആളുന്ന പന്തങ്ങളായ് പകരും;
ആയതിൽനിന്നും വെളിച്ചമെത്തും
നാളെയീ നാടിന്നിരുൾനിലത്തും.

ആ വെളിച്ചത്തിൽ ഭയന്നൊടുങ്ങും
ഫാസിസക്കൂരിരുൾപ്പാഴ്‌നിലങ്ങൾ
അന്നാ വെളിച്ചത്ത് നേരെനില്ക്കാൻ
നേരിനും നെറിവിനും മാത്രമൊക്കും.

നിങ്ങടെയൊരു കാര്യം

നിങ്ങടെ ദൈവം, നിങ്ങടെ രക്ഷ
അതിനേയൂട്ടൽ നിങ്ങടെ കാര്യം!
ഒരുചാക്കരിയും അഞ്ഞൂറുർപ്യം
ഞാനെന്തിന്നു തരുന്നെന്റ്റിഷ്ടാ!

ഞാൻ നടക്കണ പൊതുവഴികെട്ടി-
യടച്ചിട്ടടുപ്പുകല്ലുകൾ കൂട്ടാൻ
നിങ്ങടെ ദൈവം പറയുന്നുണ്ടോ?
എന്തൊരു കഷ്ടപ്പാടിതു കഷ്ടം!

കേൾവിക്കുറവുണ്ടായിട്ടാണോ
ദേവനു കേൾക്കാൻ കവലകൾ തോറും
ഉച്ചത്തിൽ ചെവിപൊട്ടും പാട്ടുകൾ?
പൊട്ടത്തരമായ് തോന്നുന്നില്ലേ!

കളിസ്ഥലത്തും കലാലയത്തിലു-
മാസ്പത്രിയിലും പാത്രം വച്ചി-
ട്ടിരക്കുവാനായിരുത്തി നിങ്ങൾ
നിങ്ങടെ രക്ഷകനായോരാളെ!

നിങ്ങടെരക്ഷാമാർഗ്ഗത്തിനെയി-
മ്മാതിരിയെല്ലാമപമാനിച്ചതു
നിങ്ങൾതന്നെ,യതെൻ പിഴയല്ലാ
എനിക്കതൊന്നും വിഷയവുമല്ല.

ഒറ്റച്ചെമ്പരത്തി

തിരക്കുകൂട്ടിപ്പോവാൻ തിടുക്കമില്ലാ തെല്ലും
തനിച്ചുനില്ക്കുന്നോളീ തിരക്കിലാരെത്തേടാൻ!

എനിക്കുപോവാനില്ലാ ഇവിടം വിട്ടെങ്ങോട്ടും
എതിർത്തു തോല്പിക്കാനില്ലൊരൊറ്റയാളെപ്പോലും.

അളിഞ്ഞുചേരേണ്ടോളിച്ചെടിക്കു ചോട്ടിൽ മണ്ണിൽ
ചിരിച്ചു നാളെപ്പൂവായ് തിരിച്ചുവന്നേക്കാം ഞാൻ.

പഠനം

വാക്കിലെ വീണ്ടെടുപ്പ്

സുനിൽ പി ഇളയിടം

എ)ന്തുകൊണ്ടാണ് മനുഷ്യവംശത്തിന് കവിത ആവശ്യമായി വരു ന്നത്? ഇരുപതാം നൂറ്റാണ്ടിലെ വലിയ കലാവിമർശകരിൽ ഒരാളായ ജോൺ ബെർജർ തന്റെ ലേഖനങ്ങളിലൊന്നിൽ ഈ ചോദ്യം ഉന്നയി ക്കുന്നുണ്ട്. അസാധാരണമായ ഒരു ഉത്തരമാണ് അദ്ദേഹം അതിന് നല്കു ന്നത്. എല്ലാ അനുഭവങ്ങൾക്കും പേരുണ്ടായിരുന്നുവെങ്കിൽ കവിത ആവ ശ്യമില്ലായിരുന്നു എന്നദ്ദേഹം എഴുതുന്നു. അനുഭവങ്ങളുടെ അനന്യതയും ഭാഷയുടെ സാമാന്യതയും തമ്മിലുള്ള അപരിഹാര്യമായ അകലത്തെ മറികടക്കുകയാണ് കവിത ചെയ്യുന്നത് എന്നാണ് ബെർജർ കരുതിയത്. വാക്കിൽനിന്ന് പിൻവാങ്ങിയ യാഥാർത്ഥ്യത്തെ വാക്കിലൂടെത്തന്നെ വീണ്ടെടുക്കലാണത്. യാഥാർത്ഥ്യത്തിന്റെ അനന്യതയെയും സൂക്ഷ്മ സ്വരൂപത്തെയും കൈവിട്ട് അതിന്റെ സാമാന്യതത്ത്വമായാണ് വാക്ക് നമുക്ക് മുന്നിലെത്തുന്നത്. 'ഇല' എന്ന വാക്ക് ഏതെങ്കിലും ഒരു 'ഇല' യുടെ സൂക്ഷ്മസ്വരൂപത്തെ കുറിക്കുന്നില്ല. അത് ഏതിലയ്ക്കും ബാധ കമായ ഒന്നാണ്. 'ഇല'യുടെ സാമാന്യതലത്തെ മാത്രമേ ആ വാക്ക് രേഖപ്പെടുത്തുന്നുള്ളു. ഇലകളാകട്ടെ അവയുടെ സൂക്ഷ്മസ്വരൂപത്തിൽ ഓരോന്നും ഓരോതരമാണ്. ഈ വേറിട്ടുനില്പിന് 'ഇല' എന്ന വാക്കിൽ ഇടമില്ല. 'ഇല' എന്ന വാക്കിൽ 'ഇല'യുടെ അനന്യത ദമനം ചെയ്യപ്പെട്ടി രിക്കുന്നു. ഏതുവാക്കിലും, മനുഷ്യാനുഭവത്തെക്കുറിക്കുന്ന ഏതു പദ ത്തിലും, ജീവിതത്തെ വലയം ചെയ്യുന്ന പദകോശത്തിലുടനീളം ദമനം ചെയ്യപ്പെട്ട അനുഭവലോകങ്ങളുണ്ട്. അനുഭവത്തിന്റെ ഈ അനന്യലോ കവുമായുള്ള മുഖാമുഖമാണ് കവിതയായിത്തീരുന്നത്. അത് ഭാഷയുടെ ഏകതാനതയെ ഭാഷകൊണ്ടുതന്നെ മറികടക്കുന്നു. അവിടെ ഭാഷ സ്വപ്നംപോലെ ഒന്നായിത്തീരുന്നു. സ്വപ്നങ്ങൾ പണിതെടുത്ത

പദാർത്ഥത്താൽ തന്നെയാകണം നമ്മെയും പണിതെടുത്തിരി ക്കുന്നതെന്ന് (we are such stuff as dreams are made off) ഷേക്സ്പിയർ എഴുതിയതിന്റെ പൊരുൾ ഇതുകൂടിയാവാം.

ലംബവും തീരശ്ശീനവും എന്ന ഈ കവിതാസമാഹാര ത്തിൽ മഞ്ജുവൈഖരി ചെയ്യുന്നതും മറ്റൊന്നല്ല. വാക്കിനെ വാക്കുകൊണ്ടുതന്നെ ഉദ്ഘാടനം ചെയ്യുക. അതിലൂടെ വാക്കിന്റെ അടിയടരുകളിൽ കുഴിച്ചുമൂടപ്പെട്ട അനുഭവലോക ങ്ങളെ വീണ്ടെടുക്കുക. അവയെ തന്റെ കവിത സൂക്ഷ്മപദകോ ശത്തിലേക്ക് ചേർത്തുവച്ച് മനുഷ്യാനുഭവങ്ങളിലെ വൈരു ധ്യത്തെ കൂടുതൽ വെളിപ്പെടുത്തുക. ഒരേതരം വരകൾ തന്നെ യാണ് വിന്യാസഭേദങ്ങളിൽ ലംബവും തിരശ്ശീനവുമായിത്തീ രുന്നതെന്ന് മഞ്ജുവൈഖരി തന്റെ കൃതിയിലുടനീളം ഓർമ്മി പ്പിച്ചുകൊണ്ടേയിരിക്കുന്നുണ്ട്. വരകൾ എന്ന നിലയിൽ അവ സത്താപരമായി ഒന്നുതന്നെയാണ്. എങ്കിലും വിന്യസിക്കു മ്പോൾ അവ പരസ്പരവിരുദ്ധമാവുന്നു. ജീവിതം പോലെ, ലംബവും തിരശ്ശീനവുമായി നിലകൊണ്ട് അവ അവയുടെ തന്നെ ഏകതയെ അതിലംഘിക്കുന്നു. ഒന്ന് അതിന്റെതന്നെ വിപരീതമാവുന്നു.

ഈ സമാഹാരത്തിലെ കവിതകളിൽ വലിയൊരു പങ്ക് ഇത്തരം വിപരീതഭാവനയാൽ നിബിഡമാണ്. വായനക്കാരോട് എന്ന ആദ്യ കവിത മുതലേ അതുണ്ട്:

"എന്റെ പരിഭ്രമം:
നിങ്ങളിതു വായിക്കില്ലേ!
എന്റെ പരിഭവം:
നിങ്ങളിതു വായിക്കില്ലേ?"

ഒരു വാക്യം, ഒരു വാക്ക് കവിതയിലെത്തുന്നതോടെ അതി നെത്തന്നെ മറികടക്കുന്നു. വിശാലാർത്ഥത്തിൽ ഈ മറികടക്കൽ തന്നെയാണ് കവിത. വാക്കിനെ മറികടക്കുന്ന വാക്ക് കവിത യാകുന്നു. അനുഭവത്തിന്റെ അതിർത്തികളെ മറികടന്ന് അനു ഭവം ജീവിതവുമാകുന്നു:

"ഒരേവെയിൽ തന്നെ
കരിഞ്ഞുണങ്ങാനും
തളിർത്തൊരുങ്ങാനും"

എന്ന് തന്റെ കാവ്യഭാഷയുടെ അടിസ്ഥാന സവിശേഷ തയെ ജീവിതദർശനം തന്നെയായി മഞ്ജു വികസിപ്പിക്കുന്നു മുണ്ട്; 'ഒരേവെയിൽ' എന്ന കവിതയിൽ. 'വവ്വാൽ' എന്ന കവി തയിലും ഈ ജീവിതദർശനം പ്രബലമായി ഉയർന്നുവരുന്നതു കാണാം.

"പക്ഷിയെന്ന് മൃഗങ്ങളും

മൃഗമെന്ന് പക്ഷികളും
പുറത്താക്കിയതുമുതൽ
ഞാൻ നിങ്ങളുടെലോകം
തലതിരിഞ്ഞു കണ്ടുതുടങ്ങി"

എന്ന് ആ കവിത പറയുന്നുണ്ട്. തലകീഴായിക്കിടന്ന് ലോകം കണ്ട കുട്ടിത്ഥേവാങ്കായി തന്നെ സ്വയം സാക്ഷ്യപ്പെടുത്തിയ മല യാളത്തിലെ മഹാകവികളിലൊരാളുടെ വഴിയാണത്. 'ഇരുട്ടിന്റെ കരുതൽക്കടൽ/എനിക്കഭയം തന്നരുളി' എന്നെഴുതുമ്പോൾ ആ വലിയ പാരമ്പര്യത്തിന്റെ നിഴലനക്കം നമുക്ക് കാണാനാവും. ജീവി തപ്രത്യക്ഷങ്ങളിൽ മേയാതെ മറുപുറങ്ങളിലെ ഇരുട്ടുതേടുന്ന കവി തയുടെ വഴിയാണത്. മഞ്ജുവിന്റെ കവിത ജീവിതത്തിലെ മറു പുറങ്ങളെ വാക്കിന്റെയും മറുപുറങ്ങളാക്കുന്നു. ചിലപ്പോഴത്

"ചിലരെ കാണുമ്പോൾ എഴുന്നേറ്റുപോകുന്നു
ചിലരെ കാണുമ്പോൾ എഴുന്നേറ്റുപോകുന്നു"

എന്ന് പ്രകടവും പരിഹാസപൂർണ്ണവുമായാണ് തെളിയുന്ന ത്. മറ്റൊരിടത്താവട്ടെ

"ആരൊരാൾ തെളിയിച്ചീ–
ക്കൊച്ചുമൺ വിളക്കിപ്പോ–
ളീവിധം വിദ്യുദ്ദീപ–
മൊളി ചിന്നിടും നേരം?
മൺചിരാതിരിക്കുന്നു
തിണ്ണമേൽ സന്ധ്യാനേര–
ത്തെന്താവുമതിൻ കിനാ–
വെന്നോർത്തുപോകുന്നിതാ"

എന്ന് വെട്ടിത്തിളയ്ക്കുന്ന വിദ്യുത്ദീപപ്രഭയിൽ അമർന്നു താഴുന്ന വിളക്കിൻ നാളത്തിലെ സ്വപ്നങ്ങളെത്തേടുന്നു. വെളിച്ചം കൊണ്ടു മറയുന്ന വെളിച്ചം! എല്ലാ പ്രഭാസരിത്തിനെയും ഇരുട്ടാ ക്കുന്ന വെളിച്ചമായി മരണത്തെ സങ്കല്പിച്ച ആശാന്റെ കാവ്യഭാ വന, പില്ക്കാലത്തിലൂടെ, മറ്റൊരു പ്രകാരത്തിലും പദകോശ ത്തിലും ചിറകടിച്ചുനീങ്ങുന്നത് നമുക്കവിടെ കാണാനാവും. ആട്ട ക്കാർ എന്ന കവിതയിലും ഈ അണയുന്ന വിളക്ക് തുടരുന്നുണ്ട്:

"ഞങ്ങളാട്ടക്കളത്തിലെ വേഷങ്ങൾ
നിങ്ങളാട്ടവും കണ്ടു മടങ്ങുവോർ
ഞങ്ങളാട്ടവിളക്കണഞ്ഞിരുളുവോർ
നിങ്ങൾ കാണുന്ന ഞങ്ങല്ലാത്തവർ"

കാഴ്ചയുടെ ഈ മറുപുറമാണ് തന്റെ കവിതയുടെ ഭാവബ ദ്ധത. 'സന്തോഷം' എന്ന കവിതയിൽ അതിന്റെ അന്തിമമമായ മുഴക്കം കേൾക്കാം:

"തേടിയെത്താനായി

മഞ്ജുവൈഖരി

മാറിനില്ക്കുമ്പോൾ
വെറെയാളോടൊത്ത്
പോകുന്ന കാണാം"

ഇങ്ങനെ കാത്തുനിന്ന് ഒരിക്കലും വരാതിരിക്കുന്ന, കണ്ടത് കാണേണ്ടതല്ലാതാവുന്ന, തളിർക്കാനും കരിയാനും ഒരേ വെയിൽ കൊള്ളുന്ന, ബഹുമാനമായും അപമാനമായും എഴുന്നേറ്റുപോ വുന്ന...... ഇങ്ങനെ ജീവിതത്തിന്റെ മറുപുറങ്ങളിലേക്ക് തലനീട്ടി നോക്കുന്ന ഒരു കാവ്യവഴിയാണ് ഈ സമാഹാരത്തിന്റെ കേന്ദ്ര സ്വരം നിർണ്ണയിക്കുന്നതെന്ന് പറയാം. ആദ്യകവിതയായ 'വായ നക്കാരോട്'-ൽ നിന്ന് അവസാന കവിതയായ 'ഒറ്റച്ചെമ്പരത്തി' വരെ സവിശേഷമായ ഒരു ഭാവബദ്ധതയുടെ അദൃശ്യമായ നൂലായി അത് ഈ സമാഹാരത്തിൽ പടർന്നുനില്ക്കുന്നുണ്ട്:

തിരക്കുകൂട്ടിപ്പോവാൻ തിടുക്കമില്ലാ തെല്ലും
"തനിച്ചുനില്ക്കുന്നോളീ തിരക്കിലാരെത്തേടാൻ!

....

അളിഞ്ഞുചേരേണ്ടോളിച്ചെടിക്കുചോട്ടിൽ മണ്ണിൽ
ചിരിച്ചുനാളെപ്പൂവായ് തിരിച്ചുവന്നേക്കാം ഞാൻ"

ഇങ്ങനെ ജീവിതവൈരുദ്ധ്യങ്ങളുടെ സൂക്ഷ്മസ്വരൂപത്തെ ഭാഷയുടെ തന്നെ സൂക്ഷ്മവൈരുദ്ധ്യങ്ങളിൽ കണ്ടെടുക്കുകയും, അതോടൊപ്പം ആ വൈരുദ്ധ്യങ്ങളിലൊന്നായി സ്വയം അടയാള പ്പെടുത്തുകയുമാണ് മഞ്ജുവൈഖരിയുടെ കവിത ചെയ്യുന്നത്. വിരുദ്ധലോകങ്ങളുടെയും വിരുദ്ധഭാവങ്ങളുടെയും സൂക്ഷ്മശരീ രത്തെ വാക്കിൽ സന്നിവേശിപ്പിക്കുകവഴി അത് അനുഭവത്തിന്റെ അനന്യതയിലേക്ക് തലയുയർത്തുന്നു. വാക്കിന്റെ സാമാന്യത യിൽനിന്നും പിൻവാങ്ങിയ അനുഭവത്തെ വാക്കുകൊണ്ടുതന്നെ വീണ്ടെടുക്കുന്നു.

അടിസ്ഥാനപരമായ ഈയൊരു സവിശേഷതയെ തന്റെ കാവ്യസമീക്ഷയുടെ അടിപ്പടവായി നിലനിർത്തുമ്പോൾത്തന്നെ മഞ്ജുവൈഖരിയുടെ കവിത ബഹുസ്വരവും ബഹുശരീരിയു മാണ്. വൃത്തബദ്ധവും താളാത്മകവുമായ കവിതയുടെ വഴി മഞ്ജു തന്റെ കവിതകളിലുടനീളം കൊണ്ടുനടക്കുന്നുണ്ട്. അപ്പോൾത്തന്നെ ഒറ്റശ്ലോകങ്ങളിൽ ജീവിതാനുഭവങ്ങളെ സംഗ്ര ഹിക്കുന്നതു മുതൽ നർമ്മ-പരിഹാസങ്ങൾ നിറഞ്ഞ ദീർഘക വനങ്ങൾ വരെയായി അത് രൂപപരമായ വൈവിധ്യം പുലർത്തു കയും ചെയ്യുന്നു. ചിലപ്പോഴൊക്കെ വർത്തമാനജീവിതത്തിന്റെ പ്രക്ഷുബ്ധതകളോട് നേർക്കുനേരെ സംസാരിക്കുന്നു (ഒരു പൂവിന്റെ മരണം). മറ്റുചിലപ്പോഴക്കെ സാമൂഹികമായ സമരോ ത്സുകതയെ ഏറ്റുവാങ്ങിയ സംഘഗാഥകളായി മാറുന്നു (നമ്മുടെ പാട്ട്, ശില്പമന്ദിരം, എന്റെ ശബ്ദം). ഇതിന്റെ മറുപുറത്ത് അത്ര

മേൽ കാല്പനികമായ, മലയാളകവിത ഏറെ പരിചയിച്ചതും സുപ
രീക്ഷിതവുമായ ഭാവുകത്വത്തിലേക്ക് ചാഞ്ഞുനില്ക്കുന്ന കവിത
കളും ഈ സമാഹാരത്തിലുണ്ട് (എന്റെ പാട്ടിതുപോലെ, നിന
ക്കായ്, മുന്തിരിസ്വപ്നം). 'പുസ്തകജന്മം' പോലൊരു കവിത
പുറമേ ഈ കാല്പനികച്ഛായയെ നിലനിർത്തിക്കൊണ്ടുതന്നെ
അകമേ രത്യാത്മകമായ വിധ്വംസകതയെ താലോലിക്കുന്നുമുണ്ട്
(ഈ കവിതയുടെ ഭാവമണ്ഡലത്തിൽ മഞ്ജുവൈഖരിയുടെ കവി
തയുടെ ആധാരശ്രുതിയായ വിരുദ്ധലോകങ്ങളുണ്ട് എന്നു
പറയാം). കവിതയുടെ പാരമ്പര്യവഴിയിലൂടെ, ക്ഷോഭങ്ങളേതും
പ്രകടമാക്കാതെ അയത്നലളിതമായി സഞ്ചരിക്കുന്ന രചനകളും
ഈ സമാഹാരത്തിൽ ഇടം പിടിച്ചിട്ടുണ്ട് (അഗ്നിശുദ്ധി, മൺചിരാ
ത്, തൊട്ടാവാടി, അനുധാവനം, തിരവിരൽസ്പർശങ്ങൾ). ആഴ
മേറിയ വൈകാരികതയിലും വൈയക്തികമായ അനുഭവലോക
ങ്ങളിലും വേരോടിനില്ക്കുന്ന രചനകളാണവ. എങ്കിലും ആ രച
നകളുടെ രൂപശില്പം അത്തരം വിക്ഷുബ്ധതകളെ ആഴക്കടൽ
കയങ്ങളെയെന്നപോലെ ഒതുക്കിക്കാണിക്കുന്നു.

       സമകാലിക കവിതയിൽ ഏറെയൊന്നും കാണാത്ത ദീർഘ
കവനത്തിന്റെ ഒരു വഴി ഈ സമാഹാരത്തിൽ അവിടവിടെയായി
തെളിയുന്നതു കാണാം. അതിന്റെതന്നെ മറുപുറമെന്നപോലെ ഒറ്റ
ശ്ലോകങ്ങളുടെ വടിവിലുള്ള ഒരു ഏകാന്തവീഥിയും. 'വജ്രം',
'ആർദ്രം', 'പഴയ കുട', 'സ്നേഹമാവുക', 'മകളുടെ യാത്ര',
'നര' എന്നിങ്ങനെ ധാരാളം കവിതകൾ ഈ വഴിയിലുണ്ട്:

       "മഴകൊള്ളാത്തൊരു കുടയെപ്പോലെ
     പഴകിനരച്ചു ചുരുണ്ടുകിടപ്പാ–
     ണൊരു മനസെന്നോ നനഞ്ഞ സ്നേഹ–
     പ്പെരുമഴയോർമ്മയിലിരുളിന്നറയിൽ"
എന്നിങ്ങനെ അനുഭവലോകങ്ങളെ രൂപകാത്മകമായി സംഗ്ര
ഹിച്ചുകൊണ്ടും

       "വേദനയുള്ളിലടക്കിയൊതുക്കി–
     ത്താങ്ങാൻ വയ്യാതായിട്ടിരുളിൻ
     ആത്മാവിൽ നിന്നിങ്ങനെ ചിതറി–
     ത്തുവിയൊലിച്ചതു വെൺവെട്ടം!"
എന്ന് കവിതയെയും ജീവിതത്തെയുംകുറിച്ചുള്ള തത്ത്വപ്ര
കാശനമായും

       "ഒരു തുള്ളിസ്നേഹമായ് മാറുക നമ്മളെ
     ആരാണു പിന്നെക്കൊതിക്കാതിരിക്കുക"
എന്ന് അതിജീവനത്തിന്റെ രഹസ്യവാങ്മയമായുമെല്ലാം ഈ
വഴി മഞ്ജുവിന്റെ കാവ്യകല്പനയിൽ നിരന്തരം ഇടംപിടിക്കുന്നു.
ഒരൊറ്റ മാത്രയിൽ ചുവടുന്നിനിന്ന് ജീവിതത്തെ ആകമാനം

നോക്കാനുള്ള വിപുലമായ ഒരു ശ്രമത്തിന്റെ അടയാളങ്ങളെന്ന പോലെ ഈ സമാഹാരത്തിലുടനീളം ഇത്തരം രചനകള്‍ ഇടം നേടിയിരിക്കുന്നു.

ഇതിന്റെ മറുപുറത്താണ് ഈ സമാഹാരത്തിലെ ദീര്‍ഘക വനങ്ങള്‍. 'വിഡ്ഢിചരിതം', 'മാലിന്യം', 'പ്രമുഖം പ്രശസ്തം', 'ഒരു പൂവിന്റെ മരണം', 'വില' തുടങ്ങിയ നിരവധി കവിതകള്‍ ഈ ഗണത്തില്‍ പെടുന്നവയായി ഉണ്ട്. മുകളില്‍ സൂചിപ്പിച്ചതു പോലെ സമകാല പുതുകവിതയില്‍ അത്ര സാധാരണമല്ലാത്ത ഒന്നാണിത്. ദീര്‍ഘകവനങ്ങളായിരിക്കെത്തന്നെ ഈ കവിതകള്‍ പലതരം ഭാവലോകങ്ങളിലേക്കാണ് തുറന്നുകിടക്കുന്നത് എന്നതും ശ്രദ്ധേയമാണ്. ഈ സമാഹാരത്തിലെ തന്നെ ഏറ്റവും ഹൃദയാ വര്‍ജ്ജകമായ രചനയാണ് 'വില' എന്ന കവിത. വൃത്തബദ്ധമായി എഴുതപ്പെട്ട ഒരു കഥാകാവ്യമാണത്. കഥാകാവ്യങ്ങളുടെ സുപ രീക്ഷിതമായ വഴിയിലൂടെ സഞ്ചരിക്കുന്ന കവിത. പദബോധവും വിന്യാസചാരുതയും അതു പകരുന്ന വികാരലോകവും ഇവിടെ കൈകോര്‍ത്തുനില്‍ക്കുന്നു. 'പ്രമുഖം പ്രശസ്തം', 'വിഡ്ഢിചരി തം' തുടങ്ങിയവയാകട്ടെ പരിഹാസത്തിന്റെയും സാമൂഹികവിമര്‍ശ നത്തിന്റെയും മറ്റും വഴിയിലൂടെ നീങ്ങുന്നു. 'വിഡ്ഢിചരിതം' അസംബന്ധകല്‍പനയുടെ വഴിയിലേക്ക് കടന്നുനില്‍ക്കാന്‍ ശ്രമി ക്കുന്ന ഒരു രചനയാണ്. അതിന്റെ രൂപതലവും ആ കവിത പക രാന്‍ ശ്രമിക്കുന്ന ഭാവപ്രപഞ്ചവും തമ്മില്‍ സര്‍ഗ്ഗാത്മകമായി ഇട ഞ്ഞുനില്‍ക്കുന്നത് വായനയില്‍ നമുക്ക് അനുഭവവേദ്യമാകാതിരി ക്കില്ല.

ഇങ്ങനെ അനുഭവത്തിന്റെ സൂക്ഷ്മ-സ്ഥൂലതലങ്ങളെ അഭി സംബോധന ചെയ്ത് അവയുടെ അനന്യതയെ വാക്കിലൂടെ വീണ്ടെടുക്കാനുള്ള സഫലശ്രമങ്ങളുടെ സമാഹാരമാണ് *ലംബവും തിരശ്ചീനവും*. 'ഉറക്കത്തിന്റെ നൂലിഴകളായി/പുസ്തകവരികള്‍ വേഷം മാറുന്ന'തു മുതല്‍ 'ലംബമായും തിരശ്ചീനമായും തഴച്ചു വളരുന്ന' ശൂന്യതയെ വരെ വാക്കുകൊണ്ട് വീണ്ടെടുക്കാന്‍ ഈ സമാഹാരത്തിലെ കവിതകള്‍ക്ക് കഴിയുന്നു. അര്‍ത്ഥസാമാന്യത യില്‍ നിന്ന് അനുഭവസാന്ദ്രതയിലേക്ക് വീണ്ടെടുക്കപ്പെട്ട വാക്കു കളുടെ നവലോകം ഇവിടെ നമ്മെ വരവേല്‍ക്കുന്നുണ്ട്. കവിത യുടെ അന്തിമമായ താല്പര്യവും മറ്റൊന്നല്ലല്ലോ.

www.ingramcontent.com/pod-product-compliance
Lightning Source LLC
Chambersburg PA
CBHW051905130726
47987CB00002B/990